மண் மக்கள் மன்னன்

மண் மக்கள் மன்னன்

சி.சரவணகார்த்திகேயன்

எழுத்து
பிரசுரம்

Title: Man Makkal Mannan
Author's Name: C. Saravanakarthikeyan

Published by Ezutthu Prachuram

Ezutthu Prachuram
(An imprint of Zero Degree Publishing)
No.75 & 76, Ist Floor, Kuppusamy Street,
Balaji Nagar,
Padi,
Chennai - 600050

Website: www.zerodegreepublishing.com
E Mail id: zerodegreepublishing@gmail.com
Phone: 89250 61999

Ezutthu Prachuram First Edition: March 2025

ISBN : 978 - 93 - 48439 - 38 - 3

TITLE NO EP : 565

Rs. 260/-

Layout: G.Selva kumar
Cover Design: Vijayan, Creative Studio
Printed at Manipal Technologies, India.

நண்பர் ரஞ்சித் சுதாகருக்கு...

உள்ளே...

பால காண்டம்

முதற்கல்

ராமாயணம் இந்துக்களின் இருபெரும் இதிகாசங்களில் ஒன்று. ஒப்பீட்டளவில் மற்ற இதிகாசமான மஹாபாரதத்தை விட எளிமையான கதை. அதனாலேயே வால்மீகியும், துளசிதாசரும், கம்பரும் அதை எழுத எடுத்திருக்கக்கூடும் என்பதென் துணிபு. வேலை சுலபம் என்பதால் அல்ல; படைப்பாற்றலையும் மொழிப் புலமையையும் காட்ட வாய்ப்பு என்பதால். அப்படித்தான் இந்த நிகரற்ற இலக்கியங்கள் இந்திய மண்ணில் உருவாகின.

கம்பராமாயணம் பத்தாயிரத்துக்கும் மிகுந்த செய்யுள்களால் ஆன பெருங்காப்பியம். தமிழ் இலக்கியத்தின் இரண்டாயிரமாண்டு வரலாற்றில் கம்பனுக்கு நிகரான கவிகள் என இருவரை மட்டுமே வரலாறு நினைவில் கொள்கிறது: வள்ளுவன் மற்றும் இளங்கோ.

கலைஞர் சிலம்பைப் பற்றிக் கொண்டார். வள்ளுவத்துக்கு ஏராள உரைகள் உண்டு. நானே காமத்துப் பால் குறட்பாக்களுக்குக் குறுங்கவிதை உரை எழுதியிருக்கிறேன் (ரதி ரகசியம்). ராமாயணத்துக்கும் உரைகள் உண்டுதான். ஆனால் அலைபாயும் மனதுடைய புதிய தலைமுறைக்கு ரசனையாகக் கடத்தும்படியான ஓர் உரை நானறிந்து இல்லை.

சுஜாதா குறுந்தொகைக்கும், சிலப்பதிகாரத்துக்கும் நவீன மொழியில் உரை கண்டார். அதுவும் ஓர் உந்துதல். எனவே கம்பராமாயணத்தின் மீது ஒரு கண் எப்போதும் இருந்தது.

சரியாக மூன்றாண்டுகள் முன் குடும்பச் சகிதம் முருதேஷ்வர் சுற்றுலா சென்றிருந்த போது கடற்கரையில் காலை நடை பயின்றிருந்தேன். அப்போது மணலில் ஒரு நாயின் காலடித் தடம் கண்டு திடீரென

ஒரு மனவெழுச்சி உண்டாகி கம்பராமாயணத்துக்கு கவிதை வடிவில் உரையெழுத ஆரம்பித்தேன். ஃபேஸ்புக்கில் *#Kamban-Cool* என்ற டேகில் தினம் ஒரு பாடலை எடுத்து எழுதினேன். இருபத்தைந்து ஆண்டு கால ப்ராஜெக்ட் அது!

காலை எழுந்ததும் முதல் வேலை அதுதான் என்றானது. கம்பராமாயணம் பாடப் பாட வாய் மணத்ததோ இல்லையோ மனம் இனித்தது. படலங்கள் முடியும் மீச்சிறு மைல்கற்களைப் பெருமிதத்துடன் கொண்டாடினேன். ஆறு திங்கள்கள் தங்கு தடையின்றித் தொடர்ந்த பிறகு அலுவலக நிமித்தமான ஒரு *brief yet exhausting* லண்டன் பயணத்தின் அலைச்சல், அழுத்தத்தின் விளைவான நேரமின்மை காரணமாக *it took back seat.* பிறகு இங்கே திரும்பியும் அதற்கு முன்னுரிமை அளிக்க இயலாத அளவு கவனச் சிதறல்கள்.

முதலில் சில நாட்கள் *break* விழுந்து, விட்டு விட்டு எழுதினேன். பிறகு *backlogs* கூட சீர்செய்ய முயற்சி செய்தேன். ஒரு கட்டத்தில் முடியாமல் ஆக, முற்றிலும் கைவிட்டேன். அதைத்தான் தொகுத்து நூலாக்கி இருக்கிறேன். இதைத் தொடரும் உத்தேசம் உண்டு. சொல்லப்போனால் இப்புத்தக ஆக்கமே கூட இதைத் தொடர ஊக்கமளிக்கக்கூடும்.

அவ்வகையில் ஒரு நெடுங்கவிதையின் முதல் வரியாக, ஒரு பெருஞ்சித்திரத்தின் முதல் தீற்றலாக, ஒரு பேராலயத்தின் முதல் கல்லாகவே இந்தப் புத்தகத்தைப் பாவிக்கிறேன்.

★

கம்ப ராமாயணம் எளிய மக்கள் வாழ்வியலில் கூட அறியாமல் கலந்தே இருக்கிறது. உதாரணமாக இதன் அத்தியாயப் பகுப்பு முறையான படலம் என்கிற சொல் நமது அன்றாடங்களில் கூட பயன்பாட்டில் இருக்கிறது (உதா: பெண் பார்க்கும் படலம்).

நவீன, இளம் சமூகத்துக்குக் கம்ப ராமாயணத்தை அறிமுகம் செய்யும் முயற்சி இது. சிடுக்கான செய்யுள்களை எளிய சிறு கவிதைகளாக வனைந்திருக்கிறது இந்நூல். ஆயிரம் ஆண்டுகளுக்கும் மேலான இடைவெளியை மொழியின் வசதி கொண்டே நிரப்பி இருக்கிறது. கற்பனை வீச்சும், செறிந்த மொழியும் கொடிகட்டிப் பறக்கும் இவற்றில் ஆன்மிகம் என்பது இரண்டாம் பட்சம்தான்.

எனவே இந்து சமூகத்தினர் மட்டுமின்றி, மாற்று மதத்தோரும் கடவுளை நம்பாதோரும் கூட இதை வாசிக்கலாம்.

இந்த நூலில் பால காண்டத்தின் ஆரம்பப் படலங்களுக்கு மட்டும் உரை இருக்கிறது. குறிப்பாகச் சொன்னால் பாயிரம், ஆற்றுப் படலம், நாட்டுப் படலம், நகரப் படலம், அரசியற் படலம் ஆகிய ஐந்திற்கு முழுமையாகவும் திருஅவதாரப் படலத்தின் முதல் பதினொரு பாடல்களுக்கும் இதில் உரை கூறப்பட்டுள்ளது. மொத்தம் 190 பாடல்கள்.

இப்பகுதிகளில் அயோத்தியின் மண், மக்கள், மன்னன் பற்றிய விவரணைகளே மிகுதி இருப்பதால், அதைத் தலைப்பாக்கினேன். இதன் வரிசையில் இரண்டாம் புத்தகம் வரும்போது ஒரு பொதுப் பெயரை இந்தத் தொகுப்புக்கு அளிப்பேன். இப்போது யோசித்தால் 'அறன்' என்ற தலைப்பு தோன்றுகிறது. இராமாவதாரம் உண்மையில் ஓர் அவதாரத்தின் மாயாஜாலங்கள் அல்ல; மாறாக ஒரு சாதாரண நரன் செய்த அறப் பரிசோதனைகளே!

அதனால்தான் காந்திக்கு ராமன் பிரியத்துக்குரியவன். அதனால்தான் குருதி தோய்ந்த இறுதிக் கணங்களில் கூட அவர் உதடுகளில் ராமனே இருந்தான். ராமன் பாத்திரத்தின் இயல்பு அறம்தான்! அறத்தால் நிறைந்தவன் அறன்! அதனால்தான் அவன் நாயகன்!

★

நான் மூலவுரையாகக் கொண்டது பேராசிரியர் அ.ச. ஞானசம்பந்தன் அவர்கள் கம்ப ராமாயணத்துக்கு எழுதிய உரையைத்தான் (ஆறு காண்டங்களுக்கான உரை மொத்தம் எட்டு பாகங்களாகக் கிடைக்கிறது). அதைத் தமிழ் வர்ச்சுவல் யுனிவர்சிட்டி தளத்தில் வாசிக்க வசதியான முறையில் பதிவேற்றி இருக்கிறார்கள். அது போக இண்டர்நெட் அர்க்கைவ் தளத்தில் எட்டு நூல்களும் இலவச பிடிஎஃப் ஆகவும் கிடைக்கிறது. இதற்கு உழைத்தோர் அனைவருக்கும் நன்றி. அ.ச.ஞா. உரையில் கொஞ்சம் சுதந்திரம் எடுத்துக் கொண்டிருக்கிறேன். அன்றேல் இதை நான் எழுத வேண்டிய அவசியமில்லை அல்லவா!

ரஞ்சித் சுதாகர் கடந்த ஈராண்டுகளாக என் அலுவலக நண்பர். பொதுவாக அலுவலக ஆட்களுடன் நான் ஆழ்நட்பு

பாராட்டுவதில்லை. அது திட்டமிட்டதல்ல, சூழலே சற்று அப்படித்தான். தவிர, அலுவலகத்தில் நான் எழுத்தாளன் என்பதையும் பிரஸ்தாபித்துக் கொள்வதில்லை - அரசியல் உள்ளிட்ட நிலைப்பாடுகள் உராய்வுகளை உண்டாக்கும் என்பது முக்கியக் காரணம். அதை எல்லாம் உடைத்து என்னிடம் நெருங்கியவர் ரஞ்சித். இரட்டையர்கள் என்றே சகாக்களால் கேலி செய்யப்படுமளவு அருகில் வந்து விட்டவர். இத்தனைக்கும் அலுவலக விஷயங்களிலும், அவை கடந்த வெளி விவகாரங்களிலும் எம்முள் ஏராளக் கருத்து வேறுபாடுகள் இருக்கின்றன. அவற்றை ஒட்டி விவாதமாகவும் விதண்டாவாதமாகவும் பல உரசல்கள் உண்டு. அவர் தீவிர ஆத்திகர். சங்கி என நம்பிக் கொள்பவர். எல்லாம் தாண்டி ஒரு சினேகம் சாத்தியப்பட்டிருக்கிறது. அயோத்தியை முன்னிட்ட ராம பக்தர் அவர். அவருக்கு ராமாயணம் வாயிலாக வேறொரு ராமர் அகப்பட வாய்ப்புண்டு. எனவே இதன் தொடக்கத்தை அவருக்குச் சமர்ப்பித்திருக்கிறேன்.

என் நூல்களில் சூட்சம ரூபமாக வியாபித்திருக்கும் சௌம்யாவுக்கு நன்றி. தொடர்ந்து என்னைப் பதிப்பிக்கும் ஸீரோ டிகிரி ராம்ஜீ நரசிம்மனுக்கும், ஆர். காயத்ரிக்கும் அன்பு.

கம்பராமாயணத்தை அதன் கடவுள் நம்பிக்கை மற்றும் ஆரியத்தன்மை காரணமாக திராவிட இயக்கம் நிராகரித்தே வந்திருக்கிறது. அவமதிப்பாகவும் ஆபாசமாகவும் நிறைய கேலிக்குள்ளாக்கி இருக்கிறது. அண்ணா கம்ப ரசம் எழுதினார். எவற்றையும் நான் ஒதுக்கவில்லை. மீறி கம்பனிடம் ரசிக்க, கற்க விஷயமுண்டு என நம்புகிறேன்.

எனவே அதைத் தொட்டேன். இதனால் என் திராவிடக் கற்புக்குப் பங்கம் ஏதுமில்லை.

சி.சரவணகார்த்திகேயன்
கிறிஸ்துமஸ் தினம், 2024

தோற்றுவாய்

கம்பராமாயணம் படிக்க வேண்டும் என்பது நெடுங்கால இச்சை. எப்போதிருந்து எனில் பதின்மங்களில் ஒருமுறை பாலகுமாரன் எழுதிய ஒரு வரியைப் படித்ததில் இருந்து. கம்பராமாயண வாசிப்பு மொழி ஆளுமை *(command over language)* பலப்பட உதவும் என்ற பொருளில் அமைந்த வாக்கியம் அது. ஆனால் அதன் பிரம்மாண்டமும் இந்து மதத் தொடர்பும் என்னை அதிலிருந்து விலக்கி வைத்தது. ஆனால் தொடாத காதலி போல் மனதோர உறுத்தலாகவே தேங்கியிருந்தது. பின் சில தினங்கள் முன் இதுவரையிலான மூவாயிரம் ஆண்டுகளில் - தொல்காப்பியம் முதல் குமரித்துறைவி வரை - தமிழில் எழுதப்பட்டனவற்றுள் சிறந்த படைப்பு எது எனக் கேள்வி மனதில் எழுந்தது. நான் திருக்குறள் தவிர பழையவை எல்லாமே தேவைப்படுகையில் படித்தவன் மட்டுமே.

நான் மிக மதிக்கும் இரண்டு எழுத்தாளர்களிடம் கேட்டேன். ஒருவர் கம்ப ராமாயணம் என்றார்; மற்றவர் திருவருட்பா என்றார். என் மனதில் சிலப்பதிகாரமும் இருந்தது. என் பழங்காதல், பழைய காதல் காரணமாக கம்பனையே கையிலெடுக்கத் தீர்மானித்தேன்.

தினம் ஒரு பா வாசித்து ஃபேஸ்புக்கில் அதற்கு என் பாணியில் உரை எழுதுவது திட்டம். பத்தாயிரத்துக்கும் மேலான பாடல்கள் இருப்பதால் கால் நூற்றாண்டுக்கும் மேல் காலம் பிடிக்கும். பரவாயில்லை. என் வாழ்வழுத்தங்களினூடே இந்தச் சிற்றளவே சாத்தியம். எதிர்காலத்தில் சந்தர்ப்பம் அமைந்தால் துரிதப்படுத்திக் கொள்ளலாம். பிரதானமாக இது என் வாசிப்புக்காக - உரையெழுதுதல் நில்லாமல் ஓடும் உந்துதலின் பொருட்டே.

தீபாவளியன்று தொடங்க நினைத்தேன். சௌம்யாவிடம் சொன்னபோது அன்று அண்ணாத்தவைத் தவிர யாரையும் கண்டுகொள்ள மாட்டார்கள் என்றார். சரி என்று இந்த நல்வெள்ளியில் முருதேஷ்வரின் அரபிக் கரையில் வைகறை நடைப் பயிற்சியின் போதே எழுதத் தொடங்கிவிட்டேன். கம்பன் ராமாயணம் எழுதும் போது தன்னைக் கடலைக் குடிக்கும் பூனை என்றான். நான் இன்று ஈர மணற்பரப்பில் நாயின் காலடித் தடம் ஒன்றைக் கண்டேன். எப்படியும் ஏதோ ஒரு கணத்தில் கடலின் கருணை அதை அழிக்கும். அவ்வளவு சிறியவனாகவே உணர்கிறேன். பிரபஞ்சம் எனை நடத்தட்டும்!

(அக்டோபர் 29, 2021)

★

பால காண்டம்

1. பாயிரம்

கடவுள் வாழ்த்து

1

உலகம் யாவையும் தாம் உளவாக்கலும்,
நிலைபெறுத்தலும், நீக்கலும், நீங்கலா
அலகு இலா விளையாட்டு உடையார்-அவர்
தலைவர்; அன்னவர்க்கே சரண் நாங்களே.

மொத்தப் பிரபஞ்சத்தையும்
மனம் போன போக்கில்
படைத்து பாதுகாத்து பறிப்பதை
முடியாத புரியாத
பிள்ளை விளையாட்டாக
நிகழ்த்தும் பேராளுமையிடம்
எம் கர்வத்தைக் கைவிடுகிறோம்.

2

சிற்குணத்தர் தெரிவு அரு நல் நிலை
எற்கு உணர்த்த அரிது; எண்ணிய மூன்றனுள்
முற் குணத்தவரே முதலோர் அவர்
நற்குணக் கடல் ஆடுதல் நன்றுஅரோ.

ஞானம் வழியும் கடவுளின்
சிடுக்கான தனித்துவத்தை
என்னால் எழுதலாகாது;
மூன்று தரத்தினருள்
அறவழி மட்டுமே நிற்கும்
அவனது விசேஷங்களைச்
சிந்தித்திருத்தல் அழகு.

3

ஆதி, அந்தம், அரிஎன, யாவையும்
ஓதினார், அலகு இல்லன, உள்ளன,
வேதம் என்பன - மெய்ந் நெறி நன்மையன்
பாதம் அல்லது பற்றிலர் - பற்று இலார்.

அரியன அனைத்தையும்
ஆதியந்தமாய் அறிந்தோர்
எண்ணிலடங்கா மறைகள்
நான்கென ஆகி நிற்போர்
அசட்டு ஆசை துறந்தோர்
நிறைஞான இறையன்றி
பிற பின்பற்றுவதில்லை.

★

அவையடக்கம்

4

ஓசை பெற்று உயர் பாற்கடல் உற்று, ஒரு
பூசை முற்றவும் நக்குபு புக்கென,
ஆசை பற்றி அறையலுற்றேன் - மற்று, இக்
காசு இல் கொற்றத்து இராமன் கதைஅரோ!

ஓயாமல் இரையும்
புனிதப் பாற்கடலைப்
பூரணமாகப் புசிக்கும்
பூனையின் பசியாக
சுத்தவெற்றிகளீட்டிய
ராமனின் கதையைப்
புனையப் புகுந்தேன்.

5

நொய்தின் நொய்ய சொல் நூற்கலுற்றேன்–என்னை!–
வைத வைவின் மராமரம் ஏழ் துளை
எய்த எய்தவற்கு எய்திய மாக்கதை
செய்த செய் தவன் சொல் நின்ற தேயத்தே.

அறம் பாடி இட்ட சாபம்
பிசகாமல் பலிப்பது போல்
ஒற்றைச் சிற்றம்பில்
சப்தவிருட்சம் வீழ்த்தியவனின்
இதிகாசத்தைத் தீட்டியவனது
சொல் நிலைத்த தேசத்தில்
என் எளிய எழுத்துக்களை
அடுக்கத் தொடங்கினேன்.

6

வையம் என்னை இகழவும், மாசு எனக்கு
எய்தவும், இது இயம்புவது யாது எனின்,-
பொய் இல் கேள்விப் புலமையினோர் புகல்
தெய்வ மாக் கவி மாட்சி தெரிக்கவே.

பண்டிதர்கள் தூற்றிட
பழிச்சொல் ஏற்றபடி
இதை ஏன் எழுதுகிறேன்?
பூரணமெய் சொன்ன
பெருங்கவிகள் அருளிய
கடவுள் காவியங்களின்
பெருமை பெருகிப் பரவ.

7

துறை அடுத்த விருத்தத் தொகைக் கவிக்கு
உறை அடுத்த செவிகளுக்கு ஓதில், யாழ்
நறை அடுத்த அசுண நன் மாச் செவிப்
பறை அடுத்தது போலும்-என் பாஅரோ.

பலவகை நனிகவிதைகளை
ருசித்துப் பழகின செவிகட்கு
என் பாடல்களைக் கேட்டால்
துன்பத்தின் சாயை படரும் -
யாழிசையை ரசித்துணரும்
பட்சியினிரு செவிகளிலே
பறையோசை பட்டது போல்.

8

முத்தமிழ்த் துறையின் முறை நோக்கிய
உத்தமக் கவிஞருக்கு ஒன்று உணர்ந்தவென்:-
'பித்தர் சொன்னவும், பேதையர் சொன்னவும்,
பத்தர் சொன்னவும், பன்னப் பெறுபவோ?'

முத்தமிழறிந்த நற்கவிகளே,
ஒன்று மட்டும் சொல்கிறேன்:
முற்றிய பித்தர்கள் சொற்களில்
முரட்டு பக்தர்கள் சொற்களில்
மூடப் பேதைகள் சொற்களில்
குற்றங்குறைகள் சொல்வது
உமதுயர்வுக்கு உசிதமன்று.

9

அறையும் ஆடரங்கும் மடப் பிள்ளைகள்
தறையில் கீறிடின், தச்சரும் காய்வரோ?
இறையும் ஞானம் இலாத என் புன் கவி,
முறையின் நூல் உணர்ந்தாரும், முனிவரோ?

பிள்ளை விளையாட்டில்
மணலில் கோடிழுத்துக்
கட்டும் மாடமாளிகையை
நற்சிற்பிகள் கோபிப்பரா!
சிறிதும் அறிவிற்குட்படாத
சுமாரான என் கவியைப்
பண்டிதர்கள் சினப்பரா!

★

நூல் வரலாறு

10

தேவபாடையின் இக் கதை செய்தவர்
மூவர் ஆனவர் தம்முளும், முந்திய
நாவினான் உரையின்படி, நான் தமிழ்ப்
பாவினால் இது உணர்த்திய பண்புஅரோ.

தேவ பாஷையில்
இந்த இதிகாசத்தை
இயற்றிய மூவருள்
முதன்மைக் கவிஞன்
சொல்லில் சிறந்தவன்
அருளிய காவியத்தைத்
தமிழில் புனைகிறேன்.

★

காவியம் பிறந்த களம்

11

நடையின்நின்று உயர் நாயகன் தோற்றத்தின்
இடை நிகழ்ந்த இராமாவதாரப் பேர்த்
தொடை நிரம்பிய தோம் அறு மாக்கதை
சடையன் வெண்ணெய்நல்லூர்வயின் தந்ததே.

நன்னடத்தையில் நின்றுயர்ந்த
திருமாலின் தசாவதாரங்களுள்
பரசுராமனுக்கும் பலராமனுக்கும்
இடையே வந்த ராமன் கதையைப்
பாடிச் சொல்லும் மாசறு காப்பியம்
சடையப்ப வெண்ணெய்நல்லூரில்
அமர்ந்தபடி அடியேன் யாத்தேன்.

★★★

2. ஆற்றுப் படலம்

நுவல்பொருள் உரைத்தல்

12

ஆசலம் புரி ஐம் பொறி வாளியும்
காசு அலம்பும் முலையவர் கண் எனும்
பூசல் அம்பும், நெறியின் புறம் செலாக்
கோசலம் புனை ஆற்று அணி கூறுவாம்

குற்றச்செயல்கள் பல புரியும்
ஐம்புலன்களெனும் அம்புகளும்
ஆரம் குலுங்கும் முலைகளுடைய
அழகுப்பெண்டிர் விழியம்புகளும்
ஒழுக்கக்கோடு தாண்டிப் பாயாத
கோசல நாட்டை அழகு செய்யும்
ஆற்றின் அழகைப் பாடுவோம்.

★

மேகம் கடலிற்படிந்து நீருண்டு மீண்டமை

13

நீறு அணிந்த கடவுள் நிறத்த வான்
ஆறு அணிந்து சென்று, ஆர்கலி மேய்ந்து, அகில்
சேறு அணிந்த முலைத் திருமங்கைதன்
வீறு அணிந்தவன் மேனியின் மீண்டதே.

திருநீறு பூசிய சிவமேனியாய்க்
கிளம்பிய வெண்மேகங்கள்
வழியெல்லாம் அழகு செய்து
கடைசியில் கடல் நீர் குடித்து
அகில் மணக்கும் மார்புடைய
லக்ஷ்மியால் பெருமையுறும்
திருமால் கருப்பில் திரும்பின.

★

மேகம் மேருமலை மேல் கவிந்து பரவிய தோற்றம்

14

பம்பி மேகம் பரந்தது ‘பானுவால்
நம்பன் மாதுலன் வெம்மையை நண்ணினான்;
அம்பின் ஆட்டுதும்’ என்று அகன் குன்றின்மேல்
இம்பர் வாரி எழுந்தது போன்றதே

முகில்கள் சிகரங்களில்
சுற்றிச் சூழ்ந்து படர்வது
“நம் மாமன் முறை மலைகள்
சூரியனால் சூடாகின்றன,
நாம் நீரால் ஈரமாக்குவோம்”
என்று உலகக் கடல் யாவும்
பொங்கியது போலிருந்தது.

(கடல் - நதியின் பதி; மலை - நதியின் தந்தை)

★

மழைத் தாரையின் தோற்றம்

15

புள்ளி மால் வரை பொன் என நோக்கி வான்
வெள்ளி வீழ் இடை வீழ்த்து எனத் தாரைகள்
உள்ளி உள்ள எல்லாம் உவந்து ஈயும் அவ்
வள்ளியோரின் வழங்கின மேகமே.

பேரிமயத்தின் பொன்னை
அபகரிக்க வான்வாசிகள்
இடைப்பட்ட வெள்ளிகளை
வெட்டி வீழ்த்தியது போல்
மிச்சமின்றி அள்ளித் தரும்
வள்ளலின் மனப்பரப்பாக
மேகங்கள் மழை சிந்தின.

★

வெள்ளம் பெருகிய நிலை

16

மானம் நேர்ந்து அறம் நோக்கி மனு நெறி
போன தண் குடை வேந்தன் புகழ் என
ஞானம் முன்னிய நால் மறையாளர் கைத்
தானம் என்னத் தழைத்தது நீத்தமே.

மானம், அறம் வழுவாமல்
மனுவின் நீதி பிறழாமல்
மண்ணாள்பவன் புகழ் போல்
ஞானமார்க்கத்தில் நிற்கும்
நான்மறைகள் கற்றவர்க்கு
அளிக்கப்படும் தானம் போல்
ஆற்றில் வெள்ளம் பெருகியது.

★

வரையினின்றிழியும் விரைபுனல் தோற்றம் வெள்ளம் விலைமாதரை யொத்தமை

17

தலையும் ஆகமும் தாளும் தழீஇ அதன்
நிலை நிலாது இறை நின்றது போலவே
மலையின் உள்ள எலாம் கொண்டு மண்டலால்
விலையின் மாதரை ஒத்தது அவ்வெள்ளமே.

முடி முதல் அடி வரையில்
முழுக்கத் தழுவி நிற்கும்
ஒரு நல்ல பரத்தையின்
தற்காலிகக் காதல் போல்
மலையின் முழுமையையும்
அடித்துக் கொண்டு விரையும்
இப்பெருநதியின் வெள்ளம்.

★

வரையினின்றிழியும் விரைபுனல் தோற்றம் வெள்ளம் வணிகரை ஒத்தமை

18

மணியும் பொன்னும் மயில் தழைப் பீலியும்
அணியும் ஆனை வெண் கோடும் அகிலும் தண்
இணை இல் ஆரமும் இன்ன கொண்டு ஏகலான்
வணிக மாக்களை ஒத்தது அவ் வாரியே.

முத்துக்கள் சொர்ணம் மயிலிறகு
அழகுடைய ஆனைத் தந்தங்கள்
ஒப்பற்ற சந்தனக் கட்டைகள் என
வாரிப் போகும் ஆற்றுப் பெருக்கு
வணிகர்களை நினைவூட்டுகிறது.

★

வரையினின்றிழியும் விரைபுனல் தோற்றம் வெள்ளம் வானவில்லை ஒத்தமை

19

பூ நிரைத்தும், மென் தாது பொருந்தியும்,
தேன் அளாவியும், செம் பொன் விராவியும்,
அனை மா மத ஆற்றொடு அளாவியும்,
வான வில்லை நிகர்த்தது - அவ் வாரியே.

பல மலர்கள் வரிசை கட்ட
மென்மகரந்தம் பதிந்து
செந்தேன் துளிகள் பரவி
பொன் துகள்கள் கலந்து
களிறின் மதநீர் மிதக்க
வானவில் ஒத்திருந்தது
அந்த வெள்ளப் பெருக்கு.

★

வரையினின்றிழியும் விரைபுனல் தோற்றம் மழைவெள்ளம் கடலணை கண்ட கவிவெள்ளம் ஒத்தமை

20

மலை எடுத்து, மரங்கள் பறித்து, மாடு
இலை முதல் பொருள் யாவையும் ஏந்தலான்,
அலை கடல்-தலை அன்று அணை வேண்டிய
நிலையுடைக் கவி நீத்தம் - அந் நீத்தமே.

மலைகளைப் பெயர்த்து
மரங்களையும் பிடுங்கி
இலை, இன்ன பிற ஏந்தி
முன்னொரு காலத்தில்
அலைகடலைக் கடக்க
அணை கட்டிய கூட்டமாக
வெள்ளம் பெருகியது.

★

வரையினின்றிழியும் விரைபுனல் தோற்றம் வெள்ளம் கட்குடியரை ஒத்தமை

21

ஈக்கள் வண்டொடு மொய்ப்ப, வரம்பு இகந்து
ஊக்கமே மிகுந்து, உள் தெளிவு இன்றியே,
தேக்கு எறிந்து வருதலின், - தீம் புனல் -
வாக்கு தேன் நுகர் மாக்களை மானுமே.

ஈக்கள் வண்டுகள் மொய்க்க
உற்சாகம் மிக, வரம்புகள் மீறி
தெளிவின்றி, ஏப்ப ஒலியிட்டு
வருமிந்தப் பெருவெள்ளம்
கள்ளருந்தியவனின் பிரதி.

★

வரையினின்றிழியும் விரைபுனல் தோற்றம் வெள்ளம் போர்ப்படை போன்றமை

22

பணை முகக் களி யானை பல் மாக்களோடு
அணி வகுத்தென ஈர்த்து, இரைத்து ஆர்த்தலின்,
மணி உடைக் கொடி தோன்ற வந்து ஊன்றலான்,
புணரிமேல் பொரப் போவது போன்றதே.

மகிழ்ந்த பெருங்களிறுகள்
இன்ன பிற மிருகங்களுடன்
அணிவகுத்து நின்றபடி
ஆரவார ஒலிகளை எழுப்பி
அழகிய கொடிகளை ஏந்தி
கடலில் படையெடுத்தது
போலிருந்தது நதி வெள்ளம்.

★

சரயுவருணனை சரயுவின் பெருமை

23

இரவிதன் குலத்து எண் இல் பல் வேந்தர்தம்
பரவு நல் ஒழுக்கின் படி பூண்டது,-
சரயு என்பது-தாய் முலை அன்னது, இவ்
உரவுநீர் நிலத்து ஓங்கும் உயிர்க்கு எலாம்.

சூரிய மகாவம்சத்தின்
நெடிய அரச பரம்பரையின்
உயரொழுக்கம் கொண்டு
ஓடுகிற இந்தச் சரயு நதி
உலகத்து உயிர்களுக்கு
முட்ட முட்ட அமுதூட்டும்
முலைச்சோடிக்குச் சமம்.

24

கொடிச்சியர் இடித்த சுண்ணம்,
குங்குமம், கோட்டம், ஏலம்,
நடுக்குறு சந்தம், சிந்தூ
ரத்தொடு நரந்தம், நாகம்,
கடுக்கை, ஆர், வேங்கை, கோங்கு,
பச்சிலை, கண்டில் வெண்ணெய்
அடுக்கலின் அடுத்த தீந் தேன்,
அகிலொடு நாறும் அன்றே.

குறத்தியிடித்த வாசப்பொடி
குங்குமப்பூ, கோட்டச்செடி,
ஏலம், குளிர்விக்கும் சந்தனம்,
பச்சை இலைகள், பூண்டுகள்,
மலைத்தேன்கூடு, அகிற்கட்டை
இவை யாவும் கலந்து மணக்கும்
சரயு நதி பாயும் வெள்ளத்தில்.

★

சரயுவருணனை வைய மன்னர்தம் வான்படை போல வெய்ய பாலையிற் சரயுநீர் விரைதல்

25

எயினர் வாழ்சீறூர் அப்பு
மாரியின் இரியல் போக்கி,
வயின் வயின், எயிற்றி
மாதர், வயிறு அலைத்து ஓட, ஓட்டி,
அயில்முகக் கணையும் வில்லும்
வாரிக்கொண்டு, அலைக்கும் நீரால்,
செயிர் தரும்கொற்ற மன்னர்
சேனையை மானும் அன்றே.

சிற்றூரில் வாழும் வேடர்களை
அம்பு மழையால் சிதறடித்து,
அம்மகளிரை சகல திசையிலும்
வயிற்றிலடித்து ஓடச் செய்து,
அவர்தம் கூரம்புகள் விற்களை
வாரியடித்துச் செல்லும் இந்நதி
வென்ற வேந்தன் சேனை போல.

★

சரயுவருணனை சரயுவெள்ளம் முல்லையில் புக்குக் கண்ணனை ஒத்தமை

26

செறிநறுந் தயிரும், பாலும்,
வெண்ணெயும், சேந்த நெய்யும்,
உறியொடு வாரி உண்டு,
குருந்தொடு மருதம் உந்தி,
மறிவிழி ஆயர் மாதர்
வளைதுகில் வாரும் நீரால்,
பொறிவரி அரவின் ஆடும்
புனிதனும் போலும் அன்றே.

செறிந்த நறுமணத் தயிர்
பால் வெண்ணெய் நல்நெய்
உறியோடு வாரிக் கொண்டு,
மான்விழி ஆயர் பெண்டிர்
உடைகள் கவர்ந்து சென்று,
மரங்களை முறித்துத் தள்ளி,
சர்ப்பத்தின் மீது நடனமாடும்
பரிசுத்த கண்ணன் இந்நதி.

★

சரயுவருணனை மருதம் புக்க சரயு வெள்ளம் பொரு கரி போலப் பொலிந்த தோற்றம்

27

கதவினை முட்டி, மள்ளர்
கைஎடுத்து ஆர்ப்ப எய்தி,
நுதல்அணி ஓடை பொங்க,
நுகர்வரி வண்டு கிண்ட,
ததைமணி சிந்த உந்தி,
தறிஇறத் தடக்கை சாய்த்து,
மதமழை யானைஎன்ன, மருதம்
சென்று அடைந்தது அன்றே.

உழவர் கரவொலி எழுப்ப
தேன்வண்டுகள் மொய்க்க
நதியையடைத்த மதகு தட்டி
நீர் சிதற மணிகள் கவர்ந்து
கரங்களொத்த அலைகளால்
கரை நட்ட கழிகள் சாய்த்து
மதமேறிய யானை போல்
மருதம் வந்தடைந்த ஆறு.

★

சரயுவருணனை வெள்ளத் தோற்றம்

28

முல்லையைக் குறிஞ்சி ஆக்கி,
   மருதத்தை முல்லை ஆக்கி,
புல்லிய நெய்தல்தன்னைப் பெரு
   அரு மருதம் ஆக்கி,
எல்லையில் பொருள்கள் எல்லாம்
   இடை தடுமாறும் நீரால்,
செல்லுறு கதியின் செல்லும்வினை
   என, சென்றது அன்றே.

வனத்தை மலையாக்கி
வயலைக் கானகமாக்கி
வளமற்ற கடற்கரையை
விவசாயச் செழிப்பாக்கி
எல்லாப் பொருளையும்
நிலம் மாற்றி வைத்துச்
செலுத்தும் வழி செல்லும்
விதி போன்றது இந்நதி.

★

சரயுவருணனை சரயுவினின்று பல கால்கள் பிரிதல்

29

காத்த கால்மள்ளர் வெள்ளக்
கலிப்பறை கறங்க, கைபோய்ச்
சேர்த்த நீர்த்திவலை, பொன்னும்
முத்தமும் திரையின் வீசி,
நீத்தம் ஆன்று, அலையஆகி
நிமிர்ந்து பார்கிழிய நீண்டு,
கோத்த கால்ஒன்றின் ஒன்று
குலம் எனப்பிரிந்தது அன்றே.

விவசாயிகள் காத்த வாய்க்காலில்
நீர் எச்சரிக்கைப் பறை ஒலிக்க
சேகரமாகியுள்ள நீர்த்துளிகளும்
பொன்னும் முத்தும் அடித்து வந்து
வெள்ளம் பெருகி அலை உயர்ந்து
பூமியைப் பிளந்தது போல் நீண்டு
ஒன்றிலிருந்து மற்ற கால்வாய் என
குலம் போல் பல கிளை விட்ட நதி.

★

சரயுவருணனை சரயு பரம்பொருளை ஒத்தமை

30

கல்லிடைப் பிறந்து, போந்து,
கடலிடைக் கலந்த நீத்தம்,
'எல்லைஇல் மறைகளாலும் இயம்ப
அரும் பொருள்ஈது' என்னைத்
தொல்லையில் ஒன்றேஆகி,
துறைதொறும், பரந்த சூழ்ச்சிப்
பல்பெரு சமயம் சொல்லும்
பொருளும்போல், பரந்து அன்றே.

இமயத்தில் ஊற்றெடுத்து
சமுத்திரத்தில் தீர்ந்த நதி
ஆதியில் ஒன்றாக நின்று
சகல வடிவிலும் விரிந்து
எல்லையற்ற வேதங்களால்
சொல்வதற்கு அரியதென
சர்வ மதங்கள் வர்ணிக்கும்
பரம்பொருளாய்ப் பரவியது.

★

சரயுவருணனை சரயு உயிரை ஒத்து விளங்குதல்

31

தாது உகு சோலைதோறும்,
சண்பகக் காடுதோறும்,
போது அவிழ் பொய்கைதோறும்,
புது மணல் - தடங்கள்தோறும்,
மாதவி வேலிப் பூக வனம்தொறும்,
வயல்கள்தோறும்,
ஓதிய உடம்புதோறும் உயிர்
என, உலாயது அன்றே.

மகரந்தம் சிந்தும் சோலையில்
அரும்புகள் மலரும் சுனையில்
புதுமணல் மேவிய படுகையில்
செண்பக வனத்தில் வயலில்
குருக்கத்திப்பூ படர்வேலிக்குள்
நிற்கும் பாக்குத்தோப்பில் என
எண்ணற்ற சரீரங்களில் உலவும்
ஒற்றை உயிராக நதி திரிகிறது.

★★★

3. நாட்டுப் படலம்

கோசல நாட்டின் பெருமை

32

வாங்க அரும்பாதம் நான்கும்
வகுத்த வான்மீகி அன்பான்,
தீம் கவி, செவிகள் ஆரத்
தேவரும் பருகச் செய்தான்;
ஆங்கு, அவன்புகழ்ந்த நாட்டை,
அன்பு எனும் நறவம் மாந்தி,
மூங்கையான் பேசலுற்றான் என்னை,
யான் மொழிய லுற்றேன்.

ஒரு சொல் நீக்கவியலாத
நான்கடிச் செய்யுள்களால்
கதை புனைந்த வான்மீகி
தேவர்கள் செவி பருக
கவியமுதம் செய்தான்;
அவன் எழுதிய நிலத்தை
அன்பெனும் மதுவருந்தி
ஊமை பேசியது போல்
உரைக்க ஆரம்பித்தேன்.

★

மருத வளம்

33

வரம்பு எலாம் முத்தம்; தத்தும்
மடை எலாம் பணிலம்; மா நீர்க்
குரம்பு எலாம் செம் பொன்; மேதிக்
குழி எலாம் கழுநீர்க் கொள்ளை;
பரம்பு எலாம் பவளம்; சாலிப்
பரப்பு எலாம் அன்னம்; பாங்கர்க்
கரம்பு எலாம் செந் தேன்; சந்தக்
கா எலாம் களி வண்டு ஈட்டம்.

வரப்பெல்லாம் முத்து மடையெல்லாம் சங்கு
நீர் மோதும் கழனிக்கரையெல்லாம் தங்கம்
பரம்பில் சமனிட்ட மண்ணெல்லாம் பவழம்
எருமை நீந்தும் குட்டையெல்லாம் கழுநீர்ப்பூ
நெல்லாடும் வயலெல்லாம் அன்னப்பட்சி
பயிரிடாப் பக்கநிலமெல்லாம் செந்தேன்
அழகுச் சோலையெல்லாம் மது வண்டு.

★

மருத நிலத்தில், பல ஒலிகளும் தம்முள் கலத்தல்

34

ஆறு பாய் அரவம், மள்ளர்
ஆலை பாய் அமலை, ஆலைச்
சாறு பாய் ஓதை, வேலைச்
சாங்கின் வாய்ப் பொங்கும் ஓசை,
ஏறு பாய் தமரம், நீரில்
எருமை பாய் துழனி, இன்ன
மாறு மாறு ஆகி, தம்மில்
மயங்கும் - மா மருத வேலி.

மருத நிலத்துள் நதியோடும் ஒலி
உழவர்கள் ஆலையோட்டும் ஒலி
அதில் கரும்புச்சாறு பிழியும் ஒலி
நீர்க்கரைச் சங்குகள் எழுப்பும் ஒலி
எருதுகள் மோதிக் கொள்ளும் ஒலி
எருமைகள் தண்ணீரில் பாயும் ஒலி
வெவ்வேறு ஓசை கலந்து முழங்கும்.

★

மருதமாகிற மன்னனின் திருவோலக்கம்

35

தண்டலை மயில்கள் ஆட,
தாமரை விளக்கம் தாங்க,
கொண்டல்கள் முழவின் ஏங்க,
குவளை கண் விழித்து நோக்க,
தெண் திரை எழினி காட்ட, தேம்
பிழி மகர யாழின்
வண்டுகள் இனிது பாட, -
மருதம் வீற்றிருக்கும் மாதோ.

முகில்கள் மத்தளமிட
சோலையில் மயிலாட
தாமரை ஒளியேந்த
குவளை கண் திறக்க
அலைகள் திரையிட
தேன் மகர யாழாய்
வண்டுகள் இசைக்க
மருததேவி வீற்றிருக்க.

★

வண்டு முதலியன தங்கும் இடங்கள்

36

தாமரைப் படுவ, வண்டும்
தகை வரும் திருவும்; தண் தார்க்
காமுகர்ப் படுவ, மாதர்
கண்களும் காமன் அன்பும்;
மா முகில் படுவ, வாரிப்
பவளமும் வயங்கு முத்தும்;
நாமுதல் படுவ, மெய்யும்
நாம நூல் பொருளும் மன்னோ.

வண்டுகளும் அழகு லக்ஷ்மியும்
வாழ்ந்திருப்பது தாமரை மலரில்;
கடற்பவளமும் மின்னும் முத்தும்
தங்கியிருப்பது கருமேகங்களில்;
பரத்தை விழியும் மன்மதன் அம்பும்
தாக்குவது மலரணிந்த காமுகரை;
உண்மையும் நூல்களின் கருத்தும்
நின்றிருப்பது நாட்டு மக்கள் நாவில்.

★

சங்கு முதலியன தங்கும் இடங்கள்

37

நீரிடை உறங்கும் சங்கம்;
நிழலிடை உறங்கும் மேதி;
தாரிடை உறங்கும் வண்டு;
தாமரை உறங்கும் செய்யாள்;
தூரிடை உறங்கும் ஆமை;
துறையிடை உறங்கும் இப்பி;
போரிடை உறங்கும் அன்னம்;
பொழிலிடை உறங்கும் தோகை.

தண்ணீரில் சங்குகள்
நீர்த்துறையில் சிப்பிகள்
பூமாலையில் வண்டுகள்
சேற்றிலே ஆமைகள்
நெற்போரில் அன்னங்கள்
சோலையில் மயில்கள்
மர நிழலில் எருமைகள்
தாமரையில் திருமகள்
யாவும் உறக்கத்தில்.

★

மருதத்தில் கண்மலர்ந்து ஒளிரும் பொருள்கள்

38

படை உழ எழுந்த பொன்னும்,
பனிலங்கள் உயிர்த்த முத்தும்,
இடறிய பரம்பில் காந்தும் இன
மணித்தொகையும், நெல்லின்
மிடை பசுங் கதிரும், மீனும்,
மென் தழைக் கரும்பும், வண்டும்
கடைசியர் முகமும், போதும், -
கண் மலர்ந்து ஒளிரும் மாதோ.

ஏர் உழுது வந்த சொர்ணம்
சங்குகளில் ஜனித்த முத்து
பரம்படித்த மண்வெளியில்
ஒளி வீசும் ரத்தினத் திரள்
இளமை நீங்கா நெற்கதிர்
மென்தோகைக் கரும்பு
மீன், வண்டு, மலரோடு
உழத்தியர் முகங்களும்
கண் மலர்ந்து ஒளிரும்.

★

பாணர் பாடல் மகளிரைத் துயிலெழுப்புதல்

39

தெள் விளிச் சிறியாழ்ப் பாணர்
தேம் பிழி நறவம் மாந்தி,
வள் விளிக் கருவி பம்ப,
வயின் வயின் வழங்கு பாடல்,
வெள்ளி வெண் மாடத்து உம்பர்,
வெயில் விரி பசும் பொன் பள்ளி,
எள்ள அருங் கருங் கண் தோகை
இன் துயில் எழுப்பும் அன்றே.

துல்லிய இசை மீட்டும்
சிறுயாழுடைய பாடகர்
இனிய மது அருந்தி
வாரிழுத்துக் கட்டிய
முழவினை இசைத்துப்
பாடுகின்ற பண்கள்
வெள்ளொளி மாடத்தில்
மின்னும் பசுந்தங்கக்
கட்டிலில் கிடந்திருக்கும்
கேலி செய்யவியலாத
கருத்த கண்களுடைய
மயிலொத்த பெண்டிர்
உறக்கம் கலைக்கும்.

★

கடல்மீனும் கள்ளுண்டு களித்தல்

40

ஆலைவாய்க் கரும்பின் தேனும்,
அரி தலைப் பாளைத் தேனும்,
சோலை வீழ்க் கனியின் தேனும்,
தொடை இழி இறாலின் தேனும்,
மாலைவாய் உகுத்த தேனும், -
வரம்பு இகந்து ஓடி, வங்க
வேலைவாய் மடுப்ப - உண்டு,
மீன் எலாம் களிக்கும் மாதோ.

ஆலை பிழிந்த கரும்புப்பாலும்
அரிந்த பாளை வடியும் கள்ளும்
சோலையில் பழுத்த பழச்சாறும்
தொங்கும் அடை வழியும் தேனும்
மலர் மாலைகள் சிந்திய தேனும்
எல்லையற்றுப் பெருகி வழிந்து
கப்பல் ஓடுகிற கடலில் கலக்க
மீன்களதைப் பருகித் திளைக்கும்.

★

மள்ளர் களை பிடுங்காமல் நிற்றல்

41

பண்கள் வாய் மிழற்றும் இன்
சொல் கடைசியர் பரந்து நீண்ட
கண், கை, கால், முகம், வாய் ஒக்கும்
களை அலால் களை இலாமை,
உண் கள் வார் கடைவாய் மன்னர்,
களைகலாது உலாவி நிற்பர்;-
பெண்கள்பால் வைத்த நேயம்
பிழைப்பரோ, சிறியோர் பெற்றால்?

பாடலிசை போல் இனிக்கப் பேசும்
உழவுப் பெண்களின் கரம் கால்
இதழும் விழியும் நிறைந்த முகம் -
இவை போலான களைகள் தவிரப்
பிடுங்கப் பிற ஏதும் இல்லை எனக்
கள் வழியும் கடைவாயோடு குழம்பிக்
களையெடுக்காது உலவும் உழவர்;
அறிவில் சிறிய மனிதர்களுக்குப்
பெண்மோகம் வரின் உருப்படுவரோ!

★

மங்கையரின் மிகுதி

42

புதுப்புனல் குடையும் மாதர்
 பூவொடு நாவி பூத்த
கதுப்பு உறு வெறியே நாறும்,
 கருங் கடல் தரங்கம்; என்றால்,
மதுப் பொதி மழலைச் செவ் வாய், வாள் -
 கடைக் கண்ணின் மைந்தர்
விதுப்பு உற நோக்கும், அன்னார்
 மிகுதியை விளம்பலாமோ?

கரிய கடலினலைகள் ஒத்த
ஆற்றின் புதுவெள்ளத்தில்
மலரும் கஸ்தூரியும் கமழும்
கூந்தல் மணமே வீசுமெனில்
தேனொழுக மழலை பேசும்
கடைக்கண் கத்தியெறியும்
ஆண்கள் காதல் கொள்ளும்
சிவந்த வாய்ப் பெண்டிரை
எண்ணி முடிக்கச் சாத்தியமா!

★

மைந்தர் கூட்டம்

43

வெண் தளக் கலவைச் சேறும்,
குங்கும விரை மென் சாந்தும்,
குண்டலக் கோல மைந்தர் குடைந்த,
நீர்க் கொள்ளை, சாற்றின்,
தண்டலைப் பரப்பும், சாலி
வேலியும் தழீஇய வைப்பும்,
வண்டல் இட்டு ஓடு மண்ணும் -
மதுகரம் மொய்க்கும் மாதோ.

கற்பூரம் கலந்த சாந்துடன்
குங்குமமேறிய சந்தனம் பூசி
குண்டலம் தரித்த ஆண்கள்
மூழ்கி நீராடிய வெள்ளத்தை
முகர்ந்து நாடிய வண்டுகள்
பசுஞ்சோலைப் பரப்புகளில்
நெல் விளையும் வயல்களில்
அவை சார்ந்த நிலங்களில்
வண்டல் நீரோடும் மண்ணில்
மயங்கி மொய்த்திருக்கும்.

★

பண்ணைகளின் சிறப்பு

44

சேல் உண்ட ஒண் கணாரின்
திரிகின்ற செங் கால் அன்னம்,
மால் உண்ட நளினப் பள்ளி,
வளர்த்திய மழலைப் பிள்ளை,
கால் உண்ட சேற்று மேதி
கன்றுஉள்ளிக் கனைப்பச் சோர்ந்த
பால் உண்டு, துயில, பச்சைத்
தேரை தாலாட்டும் - பண்ணை.

மீன் விழியுடைய பெண் போல்
நடக்கும் சிவந்த பாத அன்னம்;
உயர் தாமரைப் படுக்கையில்
கிடத்திய அதன் சிறுகுஞ்சுகள் -
கால்களில் சேறு பூசின எருமை
தன் கன்றை எண்ணிக் கனைத்துச்
சொரிந்த பாலை - அருந்தி உறங்க
பச்சைத் தேரை தாலாட்டுப் பாடும்.

★

சோலையில் திருமணமும் துயிலெடையும்

45

குயில் இனம் வதுவை செய்ய,
கொம்பிடைக் குனிக்கும் மஞ்ஞை
அயில் விழி மகளிர் ஆடும்
அரங்கினுகு அழகு செய்ய,
பயில் சிறை அரச அன்னம் பல்
மலர்ப் பள்ளிநின்றும்
துயில் எழ, தும்பி காலைச்
செவ்வழி முரல்வ - சோலை.

சோலைக்குயில்கள் புணர,
மரங்களினூடே மயில்கள்
வேல்விழிப் பெண்டிரினும்
மிக அழகாக நடனம் ஆடிட,
தாமரையில் துயில்கின்ற
அடர்சிறகு அன்னத்தை எழுப்ப
மயக்கத்தில் காலைவேளை
மாலைப்பண் பாடும் வண்டு!

★

கோசல நாட்டுத் தலைமக்களின் பொழுதுபோக்கு

46

பொருந்திய மகளிரோடு வதுவையில்
பொருந்து வாரும்,
பருந்தொடுன் நிழல் சென்றன்ன
இயல் இசைப் பயன் துய்ப்பாரும்,
மருந்தினும் இனிய கேள்வி
செவி உற மாந்துவாரும்,
விருந்தினர் முகம் கண்டு, அன்ன
விழா அணி விரும்புவாரும்.

பொருத்தமான பெண்களோடு
இல்வாழ்க்கை கொள்வோரும்
பருந்துடன் படருமதன் நிழலாக
பாடலை இசையுடன் ரசிப்போரும்
அமிர்தத்தை விட அதிருசியுடைய
நூலறிவைக் கேட்டுக் கற்போரும்
விருந்தினர் வதனம் கண்டுணர்ந்து
சோறிடும் அன்னதானக்காரர்களும்...

★

கோழிப்போர்

47

கருப்புறு மனமும், கண்ணில்
சிவப்புறு சூட்டும் காட்டி,
உறுப்புறு படையின் தாக்கி;
உறு பகை இன்றிச் சீறி,
வெறுப்பு இல, களிப்பின் வெம் போர்
மதுகைய, வீர வாழ்க்கை
மறுப்பட ஆவி பேணா வாரணம்
பொருத்துவாரும்;

கோபம் நிறைந்த நெஞ்சமும்
கண்களை விடவும் அதிகம்
சிவந்த கொண்டையும் காட்டி,
முன்பகை இல்லையெனினும்
கத்திக்காலில் தாக்கும் சேவலுடன்
சீறிப் போராடத் தயக்கமற்ற,
வீரத்துக்குப் பங்கம் வருமாயின்
உடனே உயிர் விடும் கோழிகளை
வைத்துச் சண்டை செய்வோரும்...

★

எருமைப் போர்

48

எருமை நாகு ஈன்ற செங் கண்
ஏற்றையோடு ஏற்றை, 'சீற்றத்து
உரும் இவை' என்னைத் தாக்கி,
ஊழுற நெருக்கி, ஒன்றாய்
விரி இருள் இரண்டு
கூறாய் வெகுண்டன; அதனை நோக்கி,
அரி இனம் குஞ்சி ஆர்ப்ப,
மஞ்சுகிற ஆர்க்கின்றாரும்;

பெட்டை எருமை பெற்ற
சிவந்த விழி கடாக்கள்
சினமுற்ற இடிகளென
நெருங்கி மோதியது
விரிந்த ஒற்றை இருள்
இரண்டாகப் பிளந்து
போரிட்டது போலிருக்க,
சிகை சூடிய மலர்களில்
மொய்க்கும் வண்டுகள்
கதறிக் கலையும்படி
மேகம் தொடும் குரலில்
அதை வேடிக்கை கண்டு
ஆரவாரம் செய்வோரும்...

★

மள்ளர் உழு பகடு உரப்புதல்

49

முள் எரை முளரி வெள்ளி
முளை இற, முத்தும் பொன்னும்
தள்ளுற, மணிகள் சிந்த,
சஞ்சலம் புலம்ப, சாலில்
துள்ளி மீன் துடிப்ப, ஆமை தலை
புடை கரிப்ப, தூம்பின்
உள் வரால் ஒளிப்ப,
மள்ளர் உழு பகடு உரப்புவாரும்;

முட்தண்டுத் தாமரை வெண்முனை ஒடிய
முத்தும் பொன்னும் நிலத்தில் ஒதுங்க
மணிகள் சிந்த சஞ்சலச் சங்கு புலம்ப
கலப்பை மண்துகளில் மச்சங்கள் துள்ள
தலை கால் குறுக்கி ஆமைகள் ஓடு புக
மதகினுள்ளே வரால் மீன்கள் மறைய
ஏருழும் எருதுகளை அதட்டும் உழவரும்...

★

விருந்தோம்புதலும் - சுற்றமருந்துதலும்

50

முந்து முக் கனியின், நானா முதிரையின்,
முழுத்த நெய்யின்,
செந் தயிர்க் கண்டம், கண்டம்,
இடை இடை செறிந்த சோற்றின்,
தம் தம் இல் இருந்து, தாமும்,
விருந்தொடும், தமரினோடும்,
அந்தணர் அமுத உண்டி
அயிலுறும் அமலைந்து எங்கும்.

முதன்மையான முக்கனி
பல்வகையான பருப்புகள்
பண்டம் மூழ்கிடும் நெய்
செம்மையான கட்டித் தயிர்
சர்க்கரை ஊடுபாவிய சோறு
எனத் தத்தம் வீடுகளிலேயே
விருந்தினர், உறவினருடன்
அமுதுண்ணும் வானோராக
ஆரவாரம் கொண்டிருந்தனர்.

★

நெய்தல்நிலச் சிறப்பு

51

முறை அறிந்து, அவாவை நீக்கி,
முனிவுழி முனிந்து வெஃகும்
இறை அறிந்து, உயிர்க்கு நல்கும், இசை
கெழு வேந்தன் காக்கப்
பொறை தவிர்த்து உயிர்க்கும் தெய்வப்
பூதலம்தன்னில், பொன்னின்
நிறை பரம் சொரிந்து, வங்கம், நெடு
முதுகு ஆற்றும், நெய்தல்.

ஆளுகையறிந்து ஆசை துறந்து
அவசியப்படுகையில் கோபித்து
விதிக்கும் வரியின் அளவுணர்ந்து
தேசக் குடிகளின் நலனே கருதும்
புகழுடை மன்னன் பாதுகாப்பில்
சுமை நீங்கி ஆசுவாசமடையும்
தெய்வத்திரு பூமாதேவி போல்
தங்கபாரத்தை நெய்தலில் இறக்கி
நீண்ட முதுகை ஆற்றும் கப்பல்கள்.

★

நெல்லைக் கடிமனையுய்த்தல்

52

எறிதரும் அரியின் சும்மை
  எடுத்து வான் இட்ட போர்கள்
குறிகளும் போற்றிக் கொள்வார்;
  கொன்ற நெல் குவைகள் செய்வார்;
வறியவர்க்கு உதவி, மிக்க,
  விருந்து உண மனையின் உய்ப்பார்,
நெறிகளும் புதைய, பண்டி நிறைத்து,
  மண் நெளிய ஊர்வார்.

வாளரிந்த நெற்கதிர் சுமந்து
வானம் முட்டப் போரடுக்கி
குறியிட்டுக் களவு காத்து
கதிரடித்து நெல் குவித்து
எளியவர்க்கு ஈந்து மீந்ததை
விருந்தோம்ப வீடு சேர்ப்பர் -
வண்டிகளில் நெல் நிறைத்து
பாதை புதைய நிலம் நெளிய.

★

மள்ளர் கொள்ளும் பல்வகை வளங்கள்

53

கதிர் படு வயலின் உள்ள, கடி கமழ்
புனலின் உள்ள,
முதிர் பயன் மரத்தின் உள்ள,
முதிரைகள் புறவின் உள்ள,
படுபதி கொடியின் உள்ள,
படி வளர் குழியின் உள்ள,-
மதுவளம் மலரில் கொள்ளும்
வண்டு என- மள்ளர், கொள்வார்.

கதிர் விளையும் வயலில் உள்ளவை
நறுமணம் வீசுகிற நீரில் உள்ளவை
பயன்தரும் முதிர்மரத்தில் உள்ளவை
முல்லை நிலத்தின்கண் உள்ளவை
பதிந்தோடும் கொடியில் உள்ளவை
மண்ணடியில் வளர்ச்சி உள்ளவை என
உழவர் பலவித விளைச்சல் காண்பர்
பூக்களில் தேன் சேகரிக்கும் வண்டாக.

★

ஆண்வண்டு, மகளிர் கண்களைப் பெண்வண்டென மயங்குதல்

54

பருவ மங்கையர் பங்கய வாள் முகத்து
உருவ உண் கணை, 'ஒண் பெடை ஆம்' எனக்
கருதி, அன்பொடு காமுற்று, வைகலும்,
மருத வேலியின் வைகின, வண்டுஅரோ.

பருவத்தில் விளைந்த பெண்டிரின்
பளபளக்கும் தாமரை வதனத்தில்
மை பூசிப் பேரழகாகிய விழிகளை
ஒளிரும் பெண் வண்டெனக் கருதிப்
பொழுதெல்லாம் வயலில் திரிந்தன
காதல் கொண்ட ஆண் வண்டுகள்.

★

உழத்தியர் சிறப்பும் - வாளையின் மதர்ப்பும்

55

வேளை வென்ற முகத்தியர் வெம் முலை,
ஆளை, நின்று முனிந்திடும், அங்கு ஓர் பால்;
பாளை தந்த மதுப்பருகி, பரு
வாளை நின்று மதர்க்கும் மருங்கு எலாம்.

அந்நிலத்தில் ஓரிடத்தில்
மன்மதனையும் வீழ்த்தும்
முகமுடைய பெண்களின்
கிளர்ச்சி தரும் முலைகள்
ஆடவரை அடிமையாக்கும் -
பாளையின் பக்கங்களில்
வழியும் மதுத் துளிகளை
நக்கி ருசித்த வாளை மீன்
திமிராகத் திரிவது போல்.

★

எருமைப்பாலால் நெற்பயிர் வளர்தல்

56

ஈர நீர் படிந்து, இந் நிலத்தே சில
கார்கள் என்ன, வரும், கரு மேதிகள்;
ஊரில் நின்ற கன்று உள்ளிட, மென் முலை
தாரை கொள்ள, தழைப்பன சாலியே.

மண்ணில் வந்த மேகங்களாக
நீர் நனைந்த கருத்த எருமைகள்,
ஊரில் விட்டு வந்த கன்றுகளை
நினைப்பதால் மடிப்பால் சொரிய,
செந்நெற்பயிர்கள் செழிக்கின்றன.

★

கழுநீர்பாய நாற்று வளர்தல்

57

முட்டு இல் அட்டில், முழங்குகிற வாக்கிய
நெட்டுலைக் கழுநீர் நெடு நீத்தம்தான்,
பட்ட மென் கமுகு ஓங்கு படப்பை போய்,
நட்ட செந் நெலின் நாறு வளர்க்குமே.

எதற்கும் குறைவே அற்ற
இந்தச் சமையலறையில்
உலை வைப்பதற்கு முன்
பேரொலியுடன் வடித்த
அரிசி கழுவிய வெள்ளம்
கரையின் பாக்கு மரங்கள்
வளர்ந்துயர்ந்த சோலை
வழியோடி வயலில் நட்ட
நெல் நாற்று வளர்க்கும்.

★

குருவி, கூட்டில் மாணிக்கத்தைக் கொண்டுபோய் வைத்தல்

58

சூட்டுடைத் துணை தூ நிற வாரணம்
தாள்-துணைக் குடைய, தலை சால் மணி
மேட்டு இமைப்பன; 'மின்மினி ஆம்' எனக்
கூட்டின் உய்க்கும, குரீஇயின் குழாம்அரோ.

கொண்டை கொண்ட
துணை வெண்கோழி
காலால் குடைவதால்
மதிப்பற்ற மிளிர்கற்கள்
குப்பைமேட்டில் ஒளிரும்;
குருவிகளின் கூட்டம்
மின்மினியென மயங்கி
அதைக் கூட்டிலடைக்கும்.

★

இடைச்சியர் தயிர்கடைதல்

59

தோயும் வெண் தயிர் மத்து ஒலி துள்ளவும்,
ஆய வெள் வளை வாய்விட்டு அரற்றவும்,
தேயும் நுண் இடை சென்று வணங்கவும்,
ஆயர் மங்கையர் அங்கை வருந்துவார்.

வெண்தயிர் தோய்ந்த
மத்தின் ஓசை
விட்டு விட்டு ஒலிக்க,
நுண்வேலை மிக்க
வெண்வளையல்கள்
வாய் விட்டுக் கதற,
மெலிந்த சிற்றிடை
முன்னே வளைய,
அழகிய கை வலிக்கக்
கடைகிறார்கள்
ஆயர்குலப் பெண்டிர்.

★

உழத்தியர் பாக்கினின்று முன்று தினைக் கொழித்தல்

60

குற்ற பாகு கொழிப்பன - கோள் நெறி
கற்றிலாத கருங் கன் நுளைச்சியர்
முற்றில் ஆர முகந்து, தம் முன்றிலில்,
சிற்றில் கோலிச் சிதறிய முத்தமே.

ஆண் மயக்கும் மார்க்கமறியாத
கருத்த கண் நெய்தல் சிறுமிகள்
சிறுமுறங்களில் வெட்டுப் பாக்கு
அள்ளி வந்து சலித்து நீக்கியவை
முன்பு வீடு கட்டி விளையாடுகையில்
முற்றத்தில் சிந்திய முத்துக்களே!

★

செம்மறிப் போர்

61

துருவை மென் பிணை ஈன்ற துளக்கு இலா
வரி மருப்பு இணை வன் தலை ஏற்றை வான்
உரும் இடித்தெனத் தாக்குறும் ஒல் ஒலி
வெருவி, மால் வரைச் சூல் மழை மின்னுமே.

செம்மறி மென்பெட்டை பெற்ற,
அச்சத்தின் உடல்மொழியற்ற,
தேக வரிகளும் இரு கொம்பும்
தலைக்கனமுமுடைய கடாக்கள்
வானில் இடி வெடிப்பதைப் போல்
மோதிக் கொண்ட பேரொலியில்
பெருமலை படிந்த கர்ப்ப மேகம்
அச்சத்தில் மின்னல் வெட்டும்.

★

திணை முதலியவற்றிலிருந்து ஒலிப்பன இவையெனல்

62

திணைச் சிலம்புவ, தீம் சொல் இளங் கிளி;
நனைச் சிலம்புவ, நாகு இள வண்டு; பூம்
புனல் சிலம்புவ, புள் இனம்; வள்ளியோர்
மனைச் சிலம்புவ, மங்கல வள்ளையே.

திணை வயல்களின் ஒலியென்பது
இனிமையாகப் பாடும் சிறுகிளிகள்;
மலர் அரும்புகளின் சப்தமென்பது
ரீங்காரமிடும் இளம் வண்டுகள்;
நீர்நிலைகளின் ஓசையென்பது
கூவும் அகவும் கரையும் பட்சிகள்;
வள்ளல் இல்லத்தின் சத்தமென்பது
உலக்கையில் நறுமணப்பொடி இடித்து
தம் தலைவனைப் பாடும் பெண்டிர்!

★

திணைமயக்கம்

63

கன்றுடைப் பிடி நீக்கிக் களிற்றினம்
வன் தொடர்ப் படுக்கும், வன வாரி சூழ்
குன்றுடைக் குல மள்ளர் குழூஉக் குரல்,
இன் துணை களி அன்னம் இரிக்குமே.

குட்டியுடைய பெண் யானை தவிர்த்து
களிறு தேர்ந்து சங்கிலி பிணைக்கும்
யானைப்பிடி குழிகளுள்ள வனத்தில்
மலைவாசி வீரர் செய்யும் ஆரவாரம்
பெண் அன்னங்களின் இனிய இணை
ஆண் அன்னங்களைச் சிதறடிக்கும்.

64

வள்ளி கொள்பவர் கொள்வன, மா மணி;
துள்ளி கொள்வன, துங்கிய மாங்கனி;
புள்ளி கொள்வன, பொன் விரி புன்னைகள்;
பள்ளி கொள்வன, பங்கயத்து அன்னமே.

வள்ளிக் கிழங்கு அகழ்பவர்
பெறுவது நவரத்தினங்கள்
கிளை தொங்கும் மாங்கனி
தருவது தேனொத்த சாறு
தங்கமகரந்தப் புன்னைப்பூ
கொண்டிருப்பது புள்ளிகள்
அன்னமெனும் பறவைகள்
துயில்வது தாமரை மலரில்.

65

கொன்றை வேய்ங்குழல் கோவலர் முன்றிலில்
கன்று உறக்கும்-குரவை, கடைசியர்,
புன் தலைப் புனம் காப்புடைப் பொங்கரில்
சென்று இசைக்கும்-நுளைச்சியர் செவ்வழி.

கொன்றைக்கனி அல்லது மூங்கில்
வைத்துச் செய்த குழல்கள் கொண்ட
இடையர்களின் இல்லத்து முற்றத்தில்
உழவுப் பெண்டிரின் குரவைப் பாடல்
பசுங்கன்றுகளை உறங்கச் செய்யும்;
கடற்பெண்களின் செவ்வழிப் பண்
சின்னஞ்சிறு புன்செய் நிலங்களில்
காவல் பலப்பட்டுள்ள சோலைகளில்
பரவிச் சென்று இசையாய் ஒலிக்கும்.

66

சேம்பு கால் பொரச் செங்கழுநீர்க் குளத்
தூம்பு கால, சுரி வளை மேய்வன-
காம்பு கால் பொர, கன் அகல் மால் வரை,
பாம்பு நான்றெனப் பாய் பசுந் தேறலே.

மூங்கில் காடுகளில்
காற்று மோதுவதால்
பெருத்த மலையில்
தொங்கும் பாம்பாக
சேப்பங்கொடி ஓடியப்
பாயும் தேன் ஒழுக்கை -
செங்கழுநீர்ப் பூக்குள
மதகின் வாய்க்கால்
சங்குகள் சுவைக்கும்.

★

மகளிர் தொழில் ஈதலும் விருந்தோம்புதலுமே எனல்

67

பெருந் தடங் கண் பிறைநுதலார்க்கு எலாம்,
பொருந்து செல்வமும் கல்வியும் பூத்தலால்,
வருந்தி வந்தவர்க்கு ஈதலும், வைகலும்,
விருந்தும், அன்றி, விளைவன யாவையே?

பெரிய கண், பிறை நெற்றி
கொண்டுள்ள பெண்டிர்க்கு
என்றுமழியாச் செல்வமும்
நூல்கள் அருளிய அறிவும்
மிக நிறைந்து நிற்பதால்
வறியவர்க்கு வழங்கலும்
நித்தம் விருந்தோம்பலும்
தவிர பலன்கள் வேறேது!

★

அன்ன சத்திரங்களின் இயல்பு

68

பிறை முகத் தலை, பெட்பின், இரும்பு போழ்,
குறை நறைக் கறிக் குப்பை, பருப்பொடு,
நிறை வெண் முத்தின் நிறத்து அரிசிக் குவை,
உறைவ- கொட்பின் ஊட்டிடம் தோறெலாம்

வந்தவர்க்குத் தின்ன அருளும்
ஆரவார அன்னச் சத்திரங்களில்
சிதறிக் கிடக்கும் - ஆசையாய்ப்
பிறைமுனை அரிவாள் பிளந்த,
குறைகளற்ற நறுமணம் வீசும்
காய்கறிகளும் பருப்புகளும்
வெண்முத்து அரிசிக்குவியலும்.

★

சுரப்பன இவை எனல்

69

கலம் சுரக்கும், நிதியம்; கணக்கு இலா,
நிலம் சுரக்கும், நிறை வளம்; நல் மணி
பிலம் சுரக்கும்; பெறுதற்கு அரிய தம்
குலம் சுரக்கும், ஒழுக்கம்-குடிக்கு எலாம்.

இந்நாட்டின் மக்களுக்கு
ஒருபோதும் நில்லாமல்
பணத்தைக் கப்பல் தரும்
கணக்கில்லாது மண் தரும்
கற்களைச் சுரங்கம் தரும்
வாழ்நெறியை இனம் தரும்.

★

நாட்டவர் நல் ஒழுக்கம்

70

கூற்றம் இல்லை, ஓர் குற்றம் இல்லாமையால்;
சீற்றம் இல்லை, தம் சிந்தனையின் செம்மையால்;
ஆற்றல் நல் அறம் அல்லது இல்லாமையால்,
ஏற்றம் அல்லது, இழித்தகவு இல்லையே.

எவரிடமும் குற்றமில்லை
எமனுக்குப் பணியில்லை;
சரியாகவே சிந்திப்பதால்
யாரிடமும் சினமில்லை;
அறமே நிறைந்திருப்பதால்
மேன்மை தவிர வேறில்லை.

71

நெறி கடந்து பறந்தன, நீத்தமே;
குறி அழிந்தன, குங்குமத் தோள்களே;
சிறிய, மங்கையர் தேயும் மருங்குலே;
வெறியவும், அவர் மென் மலர்க் கூந்தலே.

வழிதவறிச் செல்வது
வெள்ளமன்றி வேறில்லை
அடையாளம் அழிவது
தோளின் குங்குமம் மட்டுமே
சிறியதாக இருப்பவை
பெண்களின் இடை மட்டுமே
வெறிமணம் வீசுபவை
பூங்குழலன்றி வேறில்லை.

★

புகைகள் பல திரண்டு
முகில் போல முழங்கின எனல்

72

அகில் இடும் புகை, அட்டில் இடும் புகை,
நகல் இன் ஆலை நறும் புகை, நான்மறை
புகலும் வேள்வியில் பூம்புகையோடு அளாய்,
முகிலின் விம்மி, முயங்கின எங்கணும்.

அகிற்கட்டைகளின் புகை
அடுப்பங்கரையின் புகை
கரும்பாலை வரும் புகை
நான்கு வேதங்கள் பாடி
யாகம் தரும் அழகிய புகை
யாவும் கலந்து முயங்கி
மேகங்களாய் விரிந்தன.

★

மகளிர் சாயல்முதலியன போல மயில்முதலியன இயங்குகின்றன எனல்

73

இயல் புடைபெயர்வன, மயில்; மணி இழையின்
வெயில் புடைபெயர்வன, மிளிர் முலை; குழலின்
புயல் புடைபெயர்வன, பொழில்; அவர் விழியின்
கயல் புடைபெயர்வன, கடி கமழ் கழனி.

பெண் சாயல் கொண்டு
நடனமாடுகிற மயில்கள்;
மார்மின்னும் நகையாய்
வெளிச்சம் வீசும் வெயில்;
கூந்தல் கற்றை மாதிரி
சோலையலையும் மேகம்;
அவர்தம் கண்கள் போல்
மலர்மண வயல் மீன்கள்.

★

அந்நாட்டு அலர்வன இவை எனல்

74

இடைஇற மகளிர்கள், எறி புனல் மறுகக்
குடைபவர், துவர் இதழ் மலர்வன, குமுதம்;
மடை பெயர் அனம் என மட நடை, அளகக்
கடைசியர் முகம் என மலர்வன, கமலம்.

அலை கலங்க நீராடும்
ஒடியும் இடையாள்களின்
பவளச் செவ்விதழ் போல்
அல்லிகள் மலர்ந்தன;
அழகான கூந்தலோடு
குள அன்னமாய் நடக்கும்
உழத்தியர் முகம் போல்
தாமரைகள் மலர்ந்தன.

★

நகுவன இவை எனல்

75

விதியினை நகுவன, அயில் விழி; பிடியின்
கதியினை நகுவன, அவர் நடை; கமலப்
பொதியினை நகுவன, புணர் முலை; கலை வாழ்
மதியினை நகுவன, வனிதையர் வதனம்.

பிரம்மன் வெட்குவான்
பெண்டிர் வேல்கண்ணில்;
பெட்டை யானை வெட்கும்
அவர்தம் பாத அடிகளில்;
தாமரை அரும்பு வெட்கும்
இணைபிரியா முலையில்;
கலாபூர்வ நிலா வெட்கும்
அவர்களின் முகம் கண்டு.

★

'இகலுவ' இவை எனல்

76

பகலினொடு இகலுவ, படர் மணி; மடவார்
நகிலினொடு இகலுவ, நளி வளர் இளநீர்;
துகிலினொடு இகலுவ, சுதை புரை நுரை; கார்
முகலினொடு இகலுவ, கடி மண முரசம்.

பெண்களின் முலைகளிடம்
குளிரிளநீர் போட்டியிட்டுத் தோற்கும்;
உடற்படர்ந்த ரத்தினங்களிடம்
சூரியன் போட்டியிட்டுத் தோற்கும்;
அவர்களணியும் ஆடைகளிடம்
பாலாடை போட்டியிட்டுத் தோற்கும்;
மணமுரசு கொட்டும் சத்தத்திடம்
மழைமேகம் போட்டியிட்டுத் தோற்கும்.

★

'நிகர்வன' இவை எனல்

77

காரொடு நிகர்வன, கடி பொழில்; கழனிப்
போரொடு நிகர்வன, புணர்மலை; அணை சூழ்
நீரொடு நிகர்வன, நிறை கடல்; நிதி சால்
ஊரொடு நிகர்வன, இமையவர் உலகம்.

பசுஞ்சோலைகளுக்கு
மேகங்கள் நிகர்
வயலின் நெற்குவியலுக்கு
மலைத்தொடர் நிகர்
அணை தேக்கிய நீருக்கு
பெருங்கடல் நிகர்
செல்வஞ்செழித்த ஊருக்கு
தேவலோகம் நிகர்.

★

நெய்தல் வளம்

78

நெல் மலை அல்லன் - நிரை வரு தரளம்;
சொல் மலை அல்லன் - தொடு கடல் அமிர்தம்;
நல் மலை அல்லன் - நதி தரு நிதியம்;
பொன் மலை அல்லன் - மணி படு புளினம்.

நெற்குவியல் இல்லையெனில்
வரிசை கட்டிய முத்துக் குவியல்
அதுவும் இல்லாத இடங்களில்
கடல் தோண்டிய உப்புக் குவியல்
அதுவும் இல்லாத நிலங்களில்
நதிகள் கொணர்ந்த பொற்குவியல்
அதுவும் இல்லை என்றானால்
ரத்தினங்கள் குவிந்த மணற்திட்டு.

★

பந்தாடுமிடமும் - கலைபயிலிடமும்

79

பந்தினை இளையவர் பயில் இடம், - மயில் ஊர்
கந்தனை அனையவர் கலை தெரி கழகம், -
சந்தன வனம் அல, சண்பக வனம் ஆம்;
நந்தன வனம் அல, நறை விரி புறவம்;

சந்தனச் சோலைகளூடே
இளம் பெண்டிர் பந்தாட,
அவர் மேனி வாசம் வீசி
செண்பகச் சோலையாகின;
கதம்ப நந்தவனங்களில்
மயிலேறி வரும் முருகன்
பிரதிகளான ஆண்கள்
யுத்த வித்தைகள் பயில,
அவர் உடல் மணம் பரவி
முல்லைக் காடுகளாயின.

★

மகளிரின் சொல் நடை பல் இவற்றின் உயர்வு

80

கோகிலம் நவில்வன, இளையவர் குதலைப்
பாகு இயல் கிளவிகள்; அவர் பயில் நடமே
கேகயம் நவில்வன; கிளர் இள வளையின்
நாகுகள் உமிழ்வன, நகை புரை தரளம்.

குமரிப் பெண்களின்
பாகினிய மழலையில்
குயில் கூவக் கற்கிறது;
அவர்களின் அசைவில்
மயில் நடை பயில்கிறது;
அவர்தம் பற்கள் போல்
முத்துக்கள் உதிர்க்கிறது
இளம் பெட்டைச் சிப்பி.

★

பழையர் உழவர் முதலியோர் மனையில் நிகழ்வன

81

பழையர்தம் மனையன, பழ நறை; நுகரும்
உழவர்தம் மனையன, உழு தொழில்; புரியும்
மழவர்தம் மனையன, மணஒலி; இசையின்
கிழவர்தம் மனையன, கிளை பயில் வளை யாழ்.

மது விற்போர் வீட்டில்
பழைமையேறிய கள்;
பருகும் உழவர் வீட்டில்
விவசாயச் சாதனங்கள்;
மாப்பிள்ளை வீட்டில்
மண வாத்திய ஒலி;
இசைப் பாணர் வீட்டில்
நரம்போடும் வளைந்த யாழ்.

★

சொரிவன இவை எனல்

82

கோதைகள் சொரிவன, குளிர் இள நறவம்;
பாதைகள் சொரிவன, பரு மணி கனகம்;
ஊதைகள் சொரிவன, உறை உறும் அமுதம்;
காதைகள் சொரிவன, செவி நுகர் கனிகள்.

பூமாலைகள் சுரக்கும்
இனிப்பேறிய தேன்;
கப்பல்கள் குவிக்கும்
பொன்னும் மணியும்;
காற்று பொழியும்
உயிர்க்கு அமுதத்துளி;
காப்பியங்கள் தூவும்
செவிக்கினிய கவிதை.

★

மங்கையரை மயில்கள் பின்தொடர்தல்

83

இடம் கொள் சாயல் கண்டு, இளைஞர் சிந்தைபோல்,
தடங் கொள் சோலைவாய், மலர் பெய் தாழ் குழல்
வடம் கொள் பூண் முலை மடந்தைமாரொடும்
தொடர்ந்து போவன-தோகை மஞ்ஞையே.

தோகையுள்ள மயில்கள்
பரந்த பசுஞ்சோலையில்
மலர்கள் சூடிய கூந்தலும்
முத்து மாலை முலைகளும்
கொண்ட பெண்களை
இளைஞர் மனதைப் போல்
பின்தொடர்ந்து நடக்கின்றன -
பெண் மயிலென மயங்கி.

★

வண்மை முதலியன அந்நாட்டில் இல்லாமைக்கு ஏது

84

வண்மை இல்லை, ஓர் வறுமை இன்மையால்;
திண்மை இல்லை, ஓர் செறுநர் இன்மையால்;
உண்மை இல்லை, பொய் உரை இலாமையால்;
வெண்மை இல்லை, பல் கேள்வி மேவலால்.

வறுமையே இல்லாததால்
தானத்துக்கு இடமில்லை;
எவரும் சமர் செய்யாததால்
பலங்காட்ட வழியில்லை;
பொய்களே இல்லாததால்
உண்மை தனித்துவமில்லை;
கல்வி கேள்வி நிறைந்ததால்
அறியாமை இருக்கவில்லை.

★

பண்டங்கள் பெய்த பண்டிகள்

85

எள்ளும், ஏனலும், இறுங்கும், சாமையும்,
கொள்ளும் கொள்ளையில் கொணரும் பண்டியும்,
அள்ளல் ஓங்கு அளத்து அமுதின் பண்டியும்,
தள்ளும் நீர்மையின், தலைமயங்குமே.

எள் தினை சோளம் சாமை கொள்
நிறைத்தெடுத்து வரும் வண்டிகள்
சேறு நிறைந்த உப்பளத்திலிருந்து
உப்பு கொணரும் வண்டிகளோடு
பாரம் மிகுந்து தடுமாறி இடித்துப்
பொருட்கள் இடம் மாறி நிற்கும்.

★

பண்டங்கள் கலத்தல்

86

உயரும் சார்வு இலா உயிர்கள் செய் வினைப்
பெயரும் பல் கதிப் பிறக்குமாறுபோல்,
அயிரும், தேனும், இன் பாகும், ஆயர் ஊர்த்
தயிரும், வேரியும், தலைமயங்குமே.

வீடுபேறடைய வக்கற்ற
ஐந்தறிவு உயிரினங்கள்
கர்மவினைப் பயன் தீர
மறுபிறவிகள் எடுப்பது போல்
வெல்லக்கட்டியும் தேனும்
இனிக்கும் பாகும் கள்ளும்
இடையர் விற்கும் தயிரும்
இடங்கள் மாறிப் போகும்.

★

விழாவும் - வேள்வியும்

87

கூறு பாடலும், குழலின் பாடலும்,
வேறு வேறு நின்று இசைக்கும் வீதிவாய்,
'ஆறும் ஆறும் வந்து எதிர்ந்த ஆம்' என,
சாறும் வேள்வியும் தலைமயங்குமே.

வாய்ப்பாட்டும் குழலிசையும்
சேராது ஒலிக்கும் வீதிகளில்
ஓர் ஆறு மற்றொரு நதியுடன்
எதிர் வந்து மோதுவது போல்
விழாவுக்கும் யாகத்துக்கும்
வந்த மக்கள் திரள் கலக்கும்.

★

எல்லா ஒலியும் உழவர் வாயொலியில் அடங்குதல்

88

மூக்கில் தாக்குறும் மூரி நந்தும், நேர்
தாக்கின் தாக்குறும் பறையும், தண்ணுமை
வீக்கின் தாக்குறும் விளியும்,- மள்ளர்தம்
வாக்கின் தாக்குறும் ஒலியில் மாயுமே.

மூக்கைக் கவ்வி ஊதும் வலிய சங்கு,
நேரான தடியால் அடிக்கப்படும் பறை,
வாரால் இழுத்துக் கட்டப்பட்ட மத்தளம் -
இவற்றின் ஓசைகள் அடங்கிவிடும்
உழவர் மாடுகளை அதட்டும் ஒலியில்.

★

மகளிர் மக்களுக்கு மாலையிற் பாலூட்டுதல்

89

தாலி ஐம்படை தழுவு மார்பிடை
மாலை வாய் அமுது ஒழுகு மக்களைப்
பாலின் ஊட்டுவார் செங் கை, பங்கயம்
வாய் நிலா உறக் குவிவ மானுமே.

சங்கு, சக்கரம், கதை, வில், வாள்
பதித்த சங்கிலியை மார்பிலணிந்த,
சலவாய் ஒழுக்கும் குழந்தைக்குப்
பால் சோறூட்டும் பெண்களின்
அழகிய கைகள் - நிலவெழுகையில்
குவியும் தாமரையை நினைவூட்டும்.

★

மாதர்மாட்சி

90

பொற்பின் நின்றன, பொலிவு; பொய் இலா
நிற்பின், நின்றன, நீதி மாதரார்
அற்பின் நின்றன, அறங்கள்; அன்னவர்
கற்பின் நின்றன, கால மாரியே.

நற்குணத்தால் நிலைத்தது அழகு
பொய்யின்மையில் நிலைத்தது நீதி
மகளிர் அன்பால் நிலைத்தது அறம்
அவர்கள் கற்பால் நிலைத்தது மழை.

★

அத்தேசம் எல்லை காண்பரியது எனல்

91

சோலைமா நிலம் துருவி, யாவரே
வேலை கண்டு தாம் மீள வல்லவர்?-
சாலும் வார் புனல் சரயுவும், பல
காலின் ஓடியும் கண்டது இலையே!

சோலைசூழ் பெருநிலம் நடந்து
எல்லைகள் கண்டு மீள்வதெவர்!
ஏராள நீருடைய சரயு நதியும் கூட
கால்வாய்களாய்ப் பிரிந்தோடியும்
தேசத்தின் கோடு கண்டதில்லை.

★

கோசலநாடு ஊழிபேரினும் பேராச்சிறப்பினதெனல்

92

வீடு சேர, நீர் வேலை, கால் மடுத்து
ஊடு பேரினும், உலைவு இலா நலம்
கூடு கோசலம் என்னும் கோது இலா
நாடு கூறினாம்; நகரம் கூறுவாம்.

ஊழிக்காற்றால் உந்தப்பட்டு
பெருங்கடலின் நீர்ப்பெருக்கு
நிலத்துள் பாதம் பதித்தாலும்
அழியாத நல்ல கோசலமென
இந்நாட்டின் சிறப்புரைத்தேன்;
இனி தலைநகரைப் பாடுவேன்.

★★★

4. நகரப் படலம்

அயோத்தியின் பெருமை

93

செவ்விய மதுரம் சேர்ந்த நல் பொருளின்
சீரிய கூரிய தீம் சொல்.
வவ்விய கவிஞர் அனைவரும், வடநூல்
முனிவரும், புகழ்ந்தது; வரம்பு இல்
எவ் உலகத்தோர் யாவரும், தவம் செய்து
ஏறுவான் ஆதரிக்கின்ற
அவ் உலகத்தோர், இழிவதற்கு அருத்தி
புரிகின்றது - அயோத்தி மா நகரம்.

செம்மையான, மதுரமான,
நற்பொருளில் சிறந்ததுமான,
நுட்பமான இன்சொற்களை
எடுத்தாளும் கவிஞர்களும்
வடமொழி வால்மீகி முனியும்
பரவசமாய்ப் பாடிய நகரம்;
எல்லையற்ற உலக மக்கள்
தவத்தால் அடைய விரும்பும்
மேலோகத்தின் வாசிகளும்
பிறக்க விரும்பும் அயோத்தி.

★

அயோத்தியை வியத்தல்

94

நிலமகள் முகமோ! திலகமோ! கண்ணோ!
நிறை நெடு மங்கல நாணோ!
இலகு பூண் முலைமேல் ஆரமோ! உயிரின்
இருக்கையோ! திருமகட்கு இனிய
மலர்கொலோ! மாயோன் மார்பில் நன் மணிகள்
வைத்த பொற் பெட்டியோ! வானோர்
உலகின் மேல் உலகோ! ஊழியின் இறுதி
உறையுளோ! யாது என உரைப்பாம்?

இந்நகரம் பூமாதேவியின் முகமோ
நெற்றியின் பொட்டோ கண்களோ
நிறைந்த நீண்ட தாலிக்கொடியோ
முலையின் மீதாடும் மணியாரமோ
அவளுயிர் ஒளிந்துள்ள ஸ்தலமோ
லக்ஷ்மி வசிக்கின்ற தாமரையோ
விஷ்ணு மார்பிலணிந்த நகைகள்
பத்திரம் செய்த பொற்பேழையோ
வானுலகிற் சிறந்த வைகுந்தமோ
யுக முடிவில் உலகத்து உயிர்கள்
உறைகின்ற திருமாலின் வயிறா
வேறு எதுவெனச் சொல்வேன்!

★

பரிதியும் மதியும் உலாவரற் காரணம்

95

உமைக்கு ஒரு பாகத்து ஒருவனும், இருவர்க்கு
ஒரு தனிக் கொழுநனும், மலர்மேல்
கமைப் பெருஞ் செல்வக் கடவுளும், உவமை
கண்டிலா நகர்அது காண்பான்,
அமைப்பு அருங் காதல்அது பிடித்து உந்த,
அந்தரம், சந்திராதித்தர்
இமைப்பு இலர் திரிவர்; இது அலால் அதனுக்கு
இயம்பல் ஆம் ஏது மற்று யாதோ!

பார்வதி பாகங்கொண்ட சிவனும்
பூமாதேவிக்கு, உடன் லக்ஷ்மிக்கு
நிகரற்ற புருஷனான விஷ்ணுவும்
பொறுமையே பெருமையென்று
தாமரையில் வாழும் பிரம்மனும்
இதற்கு உவமை சொல்லுமளவு
இன்னொரு நகர் கண்டதில்லை;
தடுக்கவியலா ஆசை உந்தியெழ
வானத்தில் சூரியனும் சந்திரனும்
விழியிமைக்க மறந்து திரிவதற்கு
இந்த அயோத்தியைக் காண்பது
தவிர்த்து வேறு காரணமுண்டோ!

★

அயோத்தி அமராவதியினும் அளகையினும் விஞ்சியது

96

அயில் முகக் குலிசத்து அமரர்கோன் நகரும்,
அளகையும் என்று இவை, அயனார்
பயிலுறவு உற்றபடி, பெரும்பான்மை
இப் பெருந் திரு நகர் படைப்பான்;
மயன் முதல் தெய்வத் தச்சரும் தம்தம்
மனத் தொழில் நாணினர் மறந்தார்,
புயல் தொடு குடுமி நெடு நிலை மாடத்து
இந் நகர் புகலுமாறு எவனோ?

கூர்முக வஜ்ராயுதம் ஏந்திய
இந்திரனின் அமராவதி நகரை
குபேரனின் அளகாபுரி நகரை
பிரம்மன் படைத்துப் பார்த்தது
பெருநகர் செய்யப் பயிற்சியாக;
நினைப்பிலேயே ஆக்கும் மயன்
முதலான தேவலோக சிற்பிகள்
பணி மறந்து வெட்குகின்றனர்;
மேகம் தொடும் உயர மாடங்கள்
கொண்ட இந்நகர் மாளிகைகள்
சிறப்பைத்தான் பாடுவது எப்படி?

★

அயோத்தியே புண்ணியபூமியும் போகபூமியுமெனல்

97

'புண்ணியம் புரிந்தோர் புகுவது துறக்கம்'
என்னும் ஈது அரு மறைப் பொருளே;
மண்ணிடை யாவர் இராகவன் அன்றி
மா தவம் அறத்தொடும் வளர்த்தார்?
என் அருங் குணத்தின் அவன். இனிது இருந்து. இவ்
ஏழ் உலகு ஆள் இடம் என்றால்.
ஒண்ணுமோ. இதனின் வேறு ஒரு போகம்
உறைவு இடம் உண்டு என உரைத்தல்?

இன்றைய புண்ணியம்,
நாளைய சொர்க்கம்
என்பது வேத வாக்கு;
இந்தப் பூலோகத்தில்
ராமனை விடவும் எவர்
தவம் அறம் வளர்த்தார்!
கற்பனைக்கு எட்டாத
நற்குணமுடைய அவர்,
வீற்று ஏழுலகம் ஆளும்
இடம் இது எனும் போது
இதை விட இன்ப ஸ்தலம்
வேறு சொல்ல முடியுமா!

★

அயோத்தியை ஒக்கும்நகரம் அமரர் நாட்டிலும் இல்லையெனல்

98

தங்கு பேர் அருளும் தருமமும், துணையாத்
தம் பகைப் புலன்கள் ஐந்து அவிக்கும்
பொங்கு மா தவமும், ஞானமும், புணர்ந்தோர்
யாவர்க்கும் புகலிடம் ஆன
செங் கண் மால் பிறந்து, ஆண்டு அளப்ப அருங்காலம்
திருவின் வீற்றிருந்தனன் என்றால்,
அம் கண் மா ஞாலத்து இந் நகர் ஒக்கும்
பொன் நகர் அமரர் நாட்டு யாதோ?

உடன் வந்து ஒட்டிக் கொண்ட
கருணை, அறம் துணையாக,
தனக்கே பகையாகி நிற்கும்
ஐம்புலன்கள் அடக்கி எழும்
தவமும் அறிவும் பெற்றோர்
அடைக்கலமாகப் புகுகின்ற
அழகு விழியுடைய விஷ்ணு
இங்கவதரித்து நெடுங்காலம்
லக்ஷ்மியுடன் வாழ்ந்திருக்க,
அழகிய பரந்த பிரபஞ்சத்தில்
இந்நகர் நிகர்த்த பொன் நகர்
தேவலோகத்திலும் ஏதுண்டு!

★

இந்நகரில் எல்லாப் பொருளும் உள்ளன எனல்

99

அரைசு எலாம் அவண; அணி எலாம் அவண;
அரும் பெறல் மணி எலாம் அவண;
புரைசை மால் களிறும், புரவியும், தேரும்,
பூதலத்து யாவையும் அவண;
விரைசுவார் முனிவர், விண்ணவர், இயக்கர்,
விஞ்சையர், முதலினோர் எவரும்
உரைசெய்வார் ஆனார்; ஆனபோது, அதனுக்கு
உவமைதான் அரிதுஅரோ, உளதோ!

எல்லா அரசர்களும் இங்குண்டு
அத்தனை நகைகளும் உண்டு
பெற அரிய மணிகளும் உண்டு
கடிவாளமிட்ட மத யானைகளும்
குதிரைகளும் தேர்களும் உண்டு
உலகின் சகலமும் இங்கே உண்டு
முனிவர், தேவர், யட்சர் கூடுவதால்
யாவரும் புகழ்ந்துரைக்கும் இதற்கு
உவமை கூற நகர் உண்டா? அரிது!

★

மதிலின் உயர்ச்சி

100

நால் வகைச் சதுரம் விதி முறை நாட்டி
நனி தவ உயர்ந்தன, பனி தோய்
மால் வரைக் குலத்து இனி யாவையும் இல்லை;
ஆதலால், உவமை மற்று இல்லை;
நூல் வரை தொடர்ந்து, பயத்தொடு பழகி,
நுணங்கிய நுவல அரும் உணர்வே
போல் வகைத்து; அல்லால், 'உயர்வினொடு உயர்ந்தது'
என்னலாம்- பொன் மதில் நிலையே.

சிற்ப நூல்களின் சொற்படி
நாற்கரச் சதுரமாக எழுப்பிய
மிக உயர்ந்த மதில்கள் போல்
பனிபடர்மலைத்தொடர்ச்சியில்
ஒரு மலையும் கண்டதில்லை -
ஆக, அஃது உவமை ஆகாது;
தங்கம் பூசிய மதில்கள் தரம் -
ஞானநூல்களை முற்றிலும்
படித்து, பயனுணர்ந்து பெறும்
நுண்ணிய, சொல்வதற்கரிய
மெய்யறிவின் வகையானது,
அதைப் போலவே உயர்ந்தது.

★

மதிலுக்குப் பெருமையால் ஒப்பன இவை எனல்

101

மேவ அரும் உணர்வு முடிவு இலாமையினால்,
வேதமும் ஒக்கும்; விண் புகலால்,
தேவரும் ஒக்கும்; முனிவரும் ஒக்கும்,
திண் பொறி அடக்கிய செயலால்;
காவலின், கலை ஊர் கன்னியை ஒக்கும்;
சூலத்தால், காளியை ஒக்கும்;
யாவையும் ஒக்கும், பெருமையால், எய்தற்கு
அருமையால், ஈசனை ஒக்கும்.

அடைவதற்கரிய அறிவாலும்
எல்லை காண முடியாததால்
வேதங்களுக்குச் சமமானது;
வானம் முட்டி உயர்ந்ததால்
தேவர்களுக்கு ஒப்பானது;
பொறிகள் உள்ளடக்கியதால்
துறவியர்க்கு இணையானது;
காப்பதில் மானேறி வரும்
துர்க்கையைப் போன்றது;
சூலங்கள் ஏந்தி நிற்பதால்
காளி தேவியை ஒத்தது;
பெருமை மிகுந்து விளங்கும்
யாவற்றையும் போலிருப்பது;
அடைய எளிதல்லாததால்
பரமசிவனுக்குச் சமமானது.

(பொறி - புலன் & இயந்திரம்)

★

மதிலின் உயர்ச்சி

102

பஞ்சி, வான் மதியை ஊட்டியது அனைய
படர் உகிர், பங்கயச் செங் கால்,
வஞ்சிபோல் மருங்குல், குரும்பைபோல் கொங்கை
வாங்கு வேய் வைத்த மென் பணைத் தோள்,
அம் சொலார் பயிலும் அயோத்தி மா நகரின்
அழகுடைத்து அன்று என அறிவான்,
இஞ்சி வான் ஓங்கி இமையவர் உலகம்
காணிய எழுந்தது ஒத்துளதே!

வானத்து நிலவின் மீது
செம்பஞ்சுக் குழம்பு பூசிக்
கச்சிதம் செய்தது போல்
ஒளியுமிழும் நகங்களும்
சிவந்த தாமரைப் பாதமும்
வஞ்சிக் கொடி இடையும்
தென்னங்குரும்பு மார்பும்
வளைந்த மூங்கில் போல்
பருத்த மென்தோள்களும்
ரசனைக்குகந்த பேச்சும்
கொண்ட மகளிர் நிறைந்த
அயோத்தி மாநகரை விட
அழகுடையதா இல்லையா
என்றறிய நகர மதில்கள்
ஆகாயத்தினளவு வளர்ந்து
தேவர் வாழும் உலகு காண
எழுந்தது போல் உயர்ந்தது.

(செம்பஞ்சுக் குழம்பு - கை, கால், நகங்களில் பெண்கள் அழகுக்குப் பூசும் சாயம்)

★

மதில் சூரியகுலத்தரசர்களை ஒத்துள்ளது எனல்

103

கோலிடை உலகம் அளத்தலின், பகைஞர்
முடித் தலை கோடலின், மனுவின்
நூல் நெறி நடக்கும் செவ்வையின், யார்க்கும்
நோக்க அருங் காவலின், வலியின்,
வேலொடு வாள், வில், பயிற்றலின், வெய்ய
சூழ்ச்சியின், வெலற்கு அரு வலத்தின்,
சால்புடை உயர்வின், சக்கரம் நடத்தும்
தன்மையின், தலைவர் ஒத்துளதே!

கோல்கொண்டு புவி அளப்பதால்
பகை மகுடத்தலைகள் அழிப்பதால்
மனுநூல்படி நடக்கும் நேர்மையால்
எவரும் காணவியலாது காப்பதால்
வலிமையுடைய வாள், வில், வேல்
வைத்துப் போர்க்கலை பயில்வதால்
கொடிய தந்திரம் கொண்டிருப்பதால்
வெல்லவே முடியாத வல்லமையால்
இனி மேற்செல்ல முடியாத உயர்வால்
அதிகாரம் செலுத்தும் தன்மையால்
மதில் சூரிய குலத் தலைவர் போல!

(கோல் - செங்கோல் & அளவுகோல் | மனுநூல் - நீதிநூல் & சிற்பநூல்)

★

மதிற்பொறிகளும் - அவற்றின் ஆற்றலும்

104

சினத்து அயில், கொலை வாள், சிலை, மழு, தண்டு,
சக்கரம், தோமரம், உலக்கை,
கனத்திடை உருமின் வெருவரும் கவண் கல்,
என்று இவை கணிப்பு இல: கொதுகின்
இனத்தையும், உவணத்து இறையையும்,
இயங்கும் காலையும், இதம் அல நினைவார்
மனத்தையும், எறியும் பொறி உள என்றால்,
மற்று இனி உணர்த்துவது எவனோ?

சினம் கொண்ட வேல்
பகை கொல்லும் வாள்
வில், சக்கரம், உலக்கை
கதை, தண்டம், கோடரி
மேக இடியஞ்சும் கவண் -
இவை எண்ணிலடங்கா;
கொசுக்களின் கூட்டமோ
பட்சி ராஜன் கருடனோ
அதிவேகமான காற்றோ
நல்லன அல்லாதவற்றை
எண்ணுவோர் உள்ளமோ -
கொல்லவல்ல பொறிகள்
மதிலில் உள்ளன எனில்
இனி உணர்த்த ஏதுண்டு!

★

நகருக்கு அணியாக மதில் அமைந்தமை

105

'பூணினும் புகழே அமையும்' என்று, இனைய
பொற்பில் நின்று, உயிர் நனி புரக்கும்,
யாணர் எண் திசைக்கும் இருள் அற இமைக்கும்
இரவிதன் குலமுதல் நிருபர்-
சேனையும் கடந்து, திசையையும் கடந்து,-
திகிரியும், செந் தனிக் கோலும்,
ஆணையும் காக்கும்; ஆயினும், நகருக்கு
அணி என இயற்றியது அன்றே.

நகைகளை விடப் புகழ் பெரிது
என்ற நல்லொழுக்கம் நின்று
தேச மக்களைக் காக்கின்ற -
அழகான எட்டுத் திசையிலும்
இருள் ஒழியும்படி ஒளிர்கின்ற -
சூரிய குலம் ஜனித்த அரசரின்
செங்கோல், சக்கரம், கட்டளை
ஆகியன அருளும் அதிகாரம்
வானுலகும் சகல திசைகளும்
கடந்து போய்க் காக்க வல்லது;
ஆனால் இந்நகருக்கு அழகென
அமைந்தது அம்மதில் மட்டுமே.

★

அகழியைப் பற்றி அறிவிப்போம் எனல்

106

அன்ன மா மதிலுக்கு ஆழி மால் வரையை
அலைகடல் சூழ்ந்தன அகழி,
பொன் விலை மகளிர் மனம் எனக் கீழ் போய்,
புன் கவி எனத் தெளிவு இன்றி,
கன்னியர் அல்குல்- தடம் என யார்க்கும்
படிவு அருங் காப்பினது ஆகி,
நல் நெறி விலக்கும் பொறி என எறியும்
கராத்தது;- நவிலலுற்றது நாம்.

சிறப்பித்துக் கூற வந்தது அகழியை -
பெரிய சக்கரம் போன்ற மலையை
அலையடிக்கும் கடல் சுற்றியது போல
முன்கூறிய பெருமதிலைச் சூழ்ந்தது;
விலைமாதர் மனம் போல் மிகக் கீழே,
இழிந்த பாக்கள் போல் தெளிவின்றி,
நெருங்கவியலாக் காவலுடையதாக
கன்னிப் பெண்களின் யோனி போல்,
நன்னெறி வழி தவிர்க்கும் ஐம்புலனாக
எதிரியைத் தடுக்கும் முதலைகளுடையது.

★

மேகம் அகழியைக் கடலாக மயங்கிற்று எனல்

107

ஏகுகின்ற தம் கணங்களோடும்
எல்லை காண்கிலா,
நாகம் ஒன்று அகன் கிடங்கை
நாம வேலை ஆம் எனா,
மேகம், மொண்டு கொண்டு எழுந்து,
விண்தொடர்ந்த குன்றம் என்று,
ஆகம் நொந்து நின்று தாரை
அம் மதிற்கண் வீசுமே.

கும்பலாய்த் திரியும் மேகம் -
நாகலோகம் வரை விரிந்த,
எல்லையறியா அகழியைப்
பயமூட்டும் கடலெனக் கருதி
அதன் நீர் உறிஞ்சி எழுந்து,
வானுயர்ந்த மலையென்று
மதிலை எண்ணிக் கொண்டு
மெய் வருத்தி அதன் மீதேறி
மழைக்கோடுகள் பொழியும்.

★

அகழியில் உள்ள தாமரைக் காட்டின் தோற்றம்

108

அந்த மா மதில் புறத்து, அகத்து
 எழுந்து அலர்ந்த, நீள்
கந்தம் நாறு பங்கயத்த கானம்,
 மான மாதரார்
முந்து வாள் முகங்களுக்கு உடைந்து
 போன மொய்ம்பு எலாம்
வந்து போர் மலைக்க, மா
 மதில் வளைந்தது ஒக்குமே.

அப்பெருமதிலின் வெளியே
அகழியில் தோன்றி மலர்ந்த
நறுமணம் வீசும் தாமரைக்காடு -
உயர்ந்த அந்தப்புரப் பெண்கள்
வதனம் முன் தோல்வியுற்றதால்
மீண்டும் வலிமை பெற்று வந்து
போரிட மதில் வளைத்தது போல்.

★

அகழியில் முதலைகள் முழுகி எழும்புதல்

109

சூழ்ந்த நாஞ்சில் சூழ்ந்த ஆரை சுற்றும்
முற்று பார் எலாம்
போழ்ந்த மா கிடங்கிடைக் கிடந்து
பொங்கு இடங்கர் மா,-
தாழ்ந்த வங்க வாரியில், தடுப்ப
ஒணா மதத்தினால்,
ஆழ்ந்த யானை மீள்கிலாது
அழுந்துகின்ற போலுமே.

நகரைச் சுற்றி எழுந்திருக்கும்
நாஞ்சில் கொண்ட மதிலைச்
சூழ்ந்த பாறையைப் பிளந்து
அமைக்கப்பட்ட பேரகழியில்
நீந்தி மேலெழும் முதலைகள் -
கப்பலோடும் ஆழக் கடலில்
கட்டுப்படா மதம் பிடித்ததால்
மூழ்கி மீளவியலா யானை
அமிழ்ந்தெழுவதைப் போல்...

(நாஞ்சில் - குருவித் தலை அமைப்பு)

★

முதலைகள் ஒன்றோடொன்று பொருதல்

110

ஈரும் வாளின் வால் விதிர்த்து,
 எயிற்று இளம் பிறைக் குலம்
போ மின்னி வாய் விரித்து,
 எரிந்த கண் பிறக்கு தீச்
சோர, ஒன்றை ஒன்று முன்
 தொடர்ந்து சீறு இடங்கர் மா,-
போரில் வந்து சீறுகின்ற போர்
 அரக்கர் போலுமே.

அறுக்கும் ரம்பம் போன்ற
வாலை வளைத்தசைத்து
பல பிறைகளாய்ப் பற்கள்
ஒளி சிந்த வாய் திறந்து
பிரகாசிக்கும் கண்களில்
நெருப்புப்பொறி சிதறிட
ஒன்றை மற்றது முந்திச்
சீறுகின்ற முதலைகள்
யுத்தம் நிகழும் களத்தில்
சினத்துடன் போர் புரியும்
அரக்கர்களைப் போல்...

★

அகழி அரசர் சேனையை ஒக்கும் எனல்

111

ஆளும் அன்னம் வெண் குடைக்
 குலங்களா, அருங் கராக்
கோள் எலாம் உலாவுகின்ற
 குன்றம் அன்ன யானையா,
தாள் உலாவு பங்கயத்
 தரங்கமும் துரங்கமா,
வாளும், வேலும், மீனம் ஆக,
 மன்னர் சேனை மானுமே.

திரியும் அன்னங்கள்
வெண்குடைக் கூட்டம்;
உலவும் அரிய முதலை
மலை போன்ற யானை;
தண்டு அசையும் தாமரை
மிதக்கும் அலை குதிரை;
மீன்கள் வாள், வேல் என
அரச படை போல் அகழி.

★

அகழியின் கரையமைப்பு

112

விளிம்பு சுற்றும் முற்றுவித்து வெள்ளி
கட்டி, உள்ளுறப்
பளிங்கு பொன்-தலத்து அகட்டு
அடுத்துறப் படுத்தலின்,
'தளிந்த கல்-தலத்தொடு, அச்
சலத்தினை, தனித்துறத்
தெளிந்து உணர்த்துகிற்றும்' என்றல்
தேவராலும் ஆவதே?

அகழியின் விளிம்பெங்கும்
வெள்ளியால் கட்டியெழுப்பி,
உட்புறமெலாம் பளிங்குகள்
வரிசையாகப் பதித்திருக்க,
அக்கற்தள நிலத்திலிருந்து
அதன் தெளிந்த தண்ணீரைத்
தனிமைப்படுத்தி உணர்வது
வான்மக்களாலும் ஆகாதது.

★

அகழியும் காவற்காடும்

113

அன்ன நீள் அகன்
கிடங்கு சூழ்கிடந்த ஆழியைத்
துன்னி, வேறு சூழ்கிடந்த தூங்கு,
வீங்கு, இருட் பிழம்பு
என்னலாம், இறும்பு சூழ்கிடந்த
சோலை, எண்ணில், அப்
பொன்னின் மா மதிட்கு உடுத்த
நீல ஆடை போலுமே.

புவி சூழ்ந்த சக்ரவாளம் சுற்றி
அசையாது மிகும் இருள்திரள்
எனும்படி காவற்காடு போல்
அந்நீண்ட அகண்ட அகழியைச்
சுற்றிப் பரவியிருக்கும் சோலை
குறித்து யோசித்துப் பார்த்தால்
அவ்வழகு நிறைந்த மதிலுக்கு
நீல ஆடை உடுத்தியது போல்...

(சக்ரவாளம் - உட்புறம் ஒளியும் வெளியே இருளும் கொண்டு பூமியைச் சூழ்ந்த மலை)

★

கோபுர வாயிலின் சிறப்பு

114

எல்லை நின்ற வென்றி யானை என்ன
நின்ற; முன்னம் மால்,
ஒல்லை, உம்பர் நாடு அளந்த
தாளின் மீது உயர்ந்தவால்-
மல்லல் ஞாலம் யாவும்
நீதி மாறுறா வழக்கினால்
நல்ல ஆறு சொல்லும் வேதம் நான்கும்
அன்ன- வாயிலே.

எல்லை நிற்கும் திக்கு யானை
போலிருக்கும் நகர வாயில்கள் -
விஷ்ணு வாமனனாக வந்து
விஸ்வரூபத்தில் விண்ணளந்த
பாத அடியை விட உயர்ந்தவை;
வளம் நிறைந்த மக்களெல்லாம்
நீதி தவறாது நடக்க வைக்கிற
நன்னெறிகளை உரைக்கும்
நால்வேதங்கள் போன்றவை.

★

கோபுர அமைப்பும் சிற்பச் சிறப்பும்

115

தா இல் பொன் - தலத்தின், நல்
தவத்தினோர்கள் தங்கு தாள்
பூ உயர்த்த கற்பகப் பொதும்பர்
புக்கு ஒதுங்குமால்-
ஆவி ஒத்த அன்பு சேவல்
கூவ வந்து அணைந்திடா
ஓவியப் புறாவின் மாடு
இருக்க ஊடு பேடையே.

சித்திரத்தில் தீட்டப்பட்ட
பெண் புறாவின் அருகே
அமர்ந்திருப்பது கண்டு
உயிர்நிகர் ஆண் புறா
கூவிக் கூப்பிட்டும் கூட
அன்புடன் தழுவாமல்
ஊடலுற்ற பெண் புறா
நற்தவஞ்செய்தோருள்ள
குற்றமறு தேவலோகத்தில்
தாளுடன் பூப்பூத்திருக்கும்
கற்பக வனத்தில் போய்
ஒளிந்துகொள்ளும்.

116

கல் அடித்து அடுக்கி, வாய் பளிங்கு
அரிந்து கட்டி, மீது
எல்லுடைப் பசும் பொன் வைத்து,
இலங்கு பல் மணிக் குலம்
வில்லிடக் குயிற்றி, வாள்
விரிக்கும் வெள்ளி மா மரம்
புல்லிடக் கிடத்தி, வச்சிரத்த
கால் பொருந்தியே.

ரத்தினங்களைச் செதுக்கி அடுக்கி
பளிங்குக் கற்களை வெட்டிக் கட்டி
மின்னும் தங்கத் தகடு வேய்ந்து
ஒளிரும் பல மணிகள் பதித்து
வெளிச்சம் வீசும் வெள்ளியால்
ஆன மேற்கூரையில் பொருத்தி
அதில் வைரத் தூண்கள் நாட்டி....

117

மரகதத்து இலங்கு போதிகைத்
தலத்து வச்சிரம்
புரை தபுத்து அடுக்கி, மீது பொன் குயிற்றி,
மின் குலாம்
நிரை மணிக் குலத்தின் ஆளி நீள்
வகுத்த ஒளிமேல்
விரவு கைத்தலத்தின் உய்த்த
மேதகத்தின் மீதுஅரோ

மரகதத்தால் செய்த போதிகையில்
குற்றமற்ற வைரங்களை அடுக்கி
அதன் மீது தங்கத் தகடு வைத்து,
மின்னலென ரத்தினக்கற்களாலான
சிங்க உருவின் நீண்ட வரிசை மீது
சீரான கைமரமாக கோமேதகங்கள்...

(போதிகை - மேற்புறம் வளை தாங்கும் தூண் | கைமரம் - உட்புறம் கூரை தாங்கும் கட்டை)

118

ஏழ் பொழிற்கும் ஏழ் நிலத்தலம்
சமைத்ததென்ன, நூல்,
ஊழ் உறக்குவித்து அமைத்த உம்பர்
செம்பொன் வேய்ந்து, மீச்
சூழ் சுடர்ச் சிரத்து நல் மணித்
தசும்பு தோன்றலால்,
வாழ் நிலக்குலக் கொழுந்தை
மௌலி சூட்டியன்னவே.

ஏழு மேலுலகிற்கும் ஏழ்நிலம்
ஏற்படுத்தி வைத்தாற்போல்
சிற்பநூலின் சொற்களின்படி
ஆய்ந்தமைத்த கோபுரம் மீது
செம்பொன் தகடு வேய்ந்து
வானுலகம் வரை ஒளிர்கிற
உயர்சிகரத்தில் தோன்றும்
சிறந்த மாணிக்கக் கலசம்
வாழ்பூமியாம் இளந்தேவிக்கு
தலையில் முடி சூடியது போல்...

(மேலுலகங்கள் என்பவை ஏழு - சத்யலோகம், தபோலோகம், ஜனோலோகம், மஹர்லோகம், சுவர்லோகம், புவர்லோகம் மற்றும் பூலோகம்)

★

மாளிகைகளின் அமைதி

119

'திங்களும் கரிது' என வெண்மை தீற்றிய
சங்க வெண் சுதையுடைத் தவள மாளிகை-
வெங் கடுங் கால் பொர, மேக்கு நோக்கிய,
பொங்கு இரும் பாற்கடல்- தரங்கம் போலுமே.

நிலவு கருப்பென நம்புமளவு
வெண்மை பூசிய சங்காலான
வெண்சுண்ணாம்பைப் பூசிய
வெள்ளை வண்ண மாளிகைகள்
பெருங்கடுங்காற்று வீசுவதால்
மேலே எழுந்து பொங்குகிறது
பாற்கடலின் அலையைப் போல...

120

புள்ளிஅம் புறவு இறை பொருந்தும் மாளிகை,
தள்ள அருந் தமனியத் தகடு வேய்ந்தன,
எள்ள அருங் கதிரவன் இள வெயிற் குழாம்
வெள்ளி அம் கிரிமிசை விருந்த போலுமே.

தள்ளி வைக்க முடியாத
பொன் தகடுகள் வேய்ந்த,
புள்ளிகளுடைய புறாக்கள்
வாழ்கின்ற மாளிகைகள்
அழகிய வெள்ளிமலை மீது
இகழவியலாத சூரியனின்
இளவெயில் பரவியது போல்...

121

வயிர நல் கால் மிசை, மரகதத் துலாம்,
செயிர் அறப் போதிகை, கிடத்தி, சித்திரம்
உயிர் பெறக் குயிற்றிய, உம்பர் நாட்டவர்
அயிர் உற இமைப்பன, அளவு இல் கோடியே.

வைரத்தாலான நற்தூண் மீது
மரகதத்தாலான உத்தரத்தைப்
பிசகின்றி போதிகை பொருத்த,
ஓவியங்கள் உயிர்த்துத் தோன்ற,
தேவர்கள் ஐயத்துடன் நோக்கும்
மாளிகைகள் கோடிக்கணக்கில்.

122

சந்திர காந்தத்தின் தலத்த, சந்தனப்
பந்தி செய் தூணின்மேல் பவளப் போதிகை,
செந் தனி மணித் துலாம் செறிந்த, திண் சுவர்
இந்திர நீலத்த, எண்இல் கோடியே.

சந்திரகாந்தக் கற்கள்
பரப்பிய தரையுடைய,
சந்தன மரத்தால் ஆன
வரிசைத்தூண் மீதுள்ள
பவளப் போதிகையில்,
செம்மாணிக்கத்தாலான
உத்திரத்தைப் பொருத்தி,
இந்திரநீல மணியாலான
வலுமிக்க சுவர்களால்
அமைந்த மாளிகை கோடி.

123

பாடகக் கால்அடி பதுமத்து ஒப்பன,
சேடரைத் தழீஇயின, செய்ய வாயின,
நாடகத் தொழிலின, நடுவு துய்யன,
ஆடகத் தோற்றத்த, அளவு இலாதன.

கலைநயம் மிக்க அடிப்பாகம்
தாமரை வடிவில் அமைந்தது;
அஸ்திவாரத்தின் ஆழத்தால்
கீழ்லோகத்தைத் தழுவியது;
அற்புதமான வேலைப்பாட்டில்
ரசித்துக்காணும் திறனுடையது;
இடையிலுள்ள இடமெல்லாம்
தூய்மைத்தன்மை நிறைந்தது;
பொன் போன்ற தோற்றமுடைய
இவை எண்ணிக்கை அற்றவை.

(இவ்வர்ணனை மாளிகைக்கும் பரத்தைக்கும் பொருந்தும்)

★

மாளிகைகள் தேவவிமானம் போலத் திகழ்தல்

124

புக்கவர் கண் இணை பொருந்துறாது, ஒளி
தொக்குடன் தயங்கி, விண்ணவரின் தோன்றலால்,
திக்குற நிலைப்பினில் செல்லும் தெய்வ வீடு
ஒக்க நின்று இமைப்பன, உம்பர் நாட்டினும்.

காண வந்தோர் கண்கள்
வியப்பில் இமைக்காமலும்
ரத்தினங்கள் ஒளி பார்ப்போர்
உடல் மீது பளபளப்பதாலும்
தேவர்கள் போல் தோன்றிட,
எத்திசையும் போகும் புஷ்பகம்
புவியில் பதிந்து விட்டது போல்
மாளிகைகளின் ஒளிவெள்ளம்
தேவருலகு போல் ஜ்வலிக்கும்.

★

மாளிகையில் வாழ்வார் இயல்பும் அணிகளும்

125

அணி இழை மகளிரும், அலங்கல் வீரரும்,
தணிவன அறநெறி, தணிவு இலாதன
மணியினும் பொன்னினும் வனைந்த அல்லது
பணி பிறிது இயன்றில; பகலை வென்றன.

அழகு நகையணிந்த மகளிரும்
மாரில் மாலை சூடிய வீரர்களும்
துணிவுடன் அறம் பற்றி நிற்பர்;
கல், மண் கொண்டு கட்டப்படாத,
பொன், மணியாலான மாளிகை
ஒளியால் சூரியனை வெல்லும்,
நெறியேதும் பிறழாது நிறையும்.

★

மாளிகைச் சிறப்பு

126

வானுற நிவந்தன; வரம்பு இல் செல்வத்த;
தான் உயர் புகழ் எனத் தயங்கு சோதிய;
ஊனம் இல் அறநெறி உற்ற எண் இலாக்
கோன் நிகர் குடிகள்தம் கொள்கை சான்றன.

வானளவு உயர்ந்து நிற்பவை,
அளவற்ற செல்வமுடையவை,
எங்கும் பரவிய புகழ் எனும்படி
விளங்கும் ஒளி கொண்டவை;
குற்றமற்ற அறத்தில் நின்று,
மன்னனைப் போல் வாழ்கின்ற
எண்ணற்ற குடிகட்குச் சான்று
(அந்த நகரத்து மாளிகைகள்).

★

மாளிகைகள் மலைகளை ஒத்திருத்தல்

127

அருவியின் தாழ்ந்து, முத்து அலங்கு தாமத்த;
விரி முகிற்குலம் எனக் கொடி விராயின;
பரு மணிக் குவையன; பசும் பொன் கோடிய;
பொரு மயில் கணத்தன;- மலையும் போன்றன.

அருவியாய் வீழ்ந்தசையும்
முத்து மாலைகள் நிறைந்த,
விரிந்த மேகக்கூட்டம் போல்
கொடிகள் பற்றிப் பரவிய,
பெரிய ரத்தின மணிகளும்
பரிசுத்தத் தங்கமும் குவிந்த,
மயிலின் வடிவு ஒத்திருக்கும்
மகளிர் வாழ்ந்திருக்குமிந்த
மாளிகை மலைக்கு இணை!

★

மாளிகைகளிற் சூலங்கள் மின்வரிசைபோலுதல்

128

அகில் இடு கொழும் புகை அளாய் மயங்கின,
முகிலொடு வேற்றுமை தெரிகலா, முழுத்
துகிலொடும் நெடுங் கொடிச் சூலம் மின்னுவ;-
பகல் இடு மின் அணிப் பரப்புப் போன்றவே.

அகிலிட்டுச் செழித்த புகை
மாளிகையெங்கும் பரவி
மேகங்களோடு ஒப்பிட
வித்தியாசமற்றுப் போக,
பெரிய கொடிகள் கொண்ட
உயர மரங்களின் நுனியில்
நாட்டிய சூலங்கள் மின்னும்
மின்னலொளி வரிசையாய்.

★

கொடிச்சரங்கள் கற்பகமாலையை ஒத்தல்

129

துடி இடைப் பணை முலைத் தோகை அன்னவர்
அடி இணைச் சிலம்பு பூண்டு அரற்று மாளிகைக்
கொடியிடை தரள வெண் கோவை சூழ்வன;-
கடியுடைக் கற்பகம் கான்ற மாலையே.

உடுக்கை இடை, பருத்த முலை,
மயில் சாயலுடைய பெண்கள்
பாதங்களிலணிந்த சிலம்புகள்
சப்திக்க நடக்கும் மாளிகையில்
கொடிகளுக்கு இடையிடையே
தொங்கும் முத்து மாலைகள்
மணம் வீசும் கற்பக மரத்தில்
பூத்த மலர் மாலைகள் போல...

★

மாளிகையின் கொடிகள் தேய்ப்பதால் மதி தேய்தல்

130

காண் வரு நெடு வரைக் கதலிக் கானம்போல்,
தாள் நிமிர் பதாகையின் குழாம் தழைத்தன;
வாள் நனி மழுங்கிட மடங்கி, வைகலும்
சேண் மதி தேய்வது, அக் கொடிகள் தேய்க்கவே.

பெருமலையில் காணும்
வாழைத்தோப்பு போல்
கொடிமரங்களில் நீண்ட
கொடிகளின் கூட்டம் மிக,
வான்நிலா ஒளி மழுங்கி
வளைந்து நிதம் தேய்வது
கொடிகள் உராய்வதால்.

★

அயோத்தி நகரெங்கும் மாடமாளிகைகளும் கூடகோபுரங்களும் அமைந்தமை

131

பொன் திணி மண்டபம் அல்ல, பூத்தொடர்
மன்றுகள்; அல்லன மாட மாளிகை;
குன்றுகள் அல்லன மணி செய் குட்டிமம்;
முன்றில்கள் அல்லன முத்தின் பந்தரே.

பொன்மண்டபம் அன்றேல்
பூக்களாலான மண்டபம்;
பொதுக்கூடம் இல்லாவிடில்
மாடம் கொண்ட மாளிகை;
செய்குன்று அல்லாதவை
மணிகள் பதித்த தரை;
முற்றம் இல்லையெனில்
முத்துக்களாலான பந்தல்.

(செய்குன்று - செல்வந்தர்கள் விளையாடும் பொருட்டு உண்டாக்கும் செயற்கை மலை)

★

அயோத்தியின் ஒளிபெற்று தேவருலகு பொன்னுலகாயிற்று எனல்

132

மின் என, விளக்கு என, வெயிற் பிழம்பு என,
துன்னிய தமனியத் தொழில் தழைத்த அக்
கன்னி நல் நகர் நிழல் கதுவலால் அரோ,
பொன்னுலகு ஆயது, அப் புலவர் வானமே!

உயர் ரகத் தங்கத்தால் நுட்பத்துடன்
கட்டப்பட்ட அந்த அழிவற்ற மாநகரில்
மின்னல் போல், விளக்கொளி போல்,
சூரியக் கதிர் போல் ஒளி விழுவதால்
அத்தேவருலகு பொன்னுலகு ஆனது!

★

சூரியன் ஒளி அயோத்தியின் ஒளியே எனல்

133

எழும் இடத்து அகன்று, இடை ஒன்றி, எல் படு
பொழுதிடைப் போதலின், புரிசைப் பொன் நகர்,
அழல் மணி திருத்திய அயோத்தியாளுடைய
நிழல் எனப் பொலியுமால்- நேமி வான் சுடர்.

வானொளிர் வட்டச் சூரியன்
உதிக்கையில் கதிர் விரியும்
நண்பகலில் உச்சம் தொடும்
அந்தியிலே மங்கிப் போகும்;
தீயாய் மினுங்கும் ரத்னங்கள்
திருத்தமாகப் பதித்து வைத்த
வட்டமான பொன் மதிலுடைய
அயோத்தியெனும் பெண்ணின்
நிழலாகக் கதிரவன் ஜ்வலிக்கும்.

★

அகில் புகையுண்ட மேகங்கள் தோய்தலால் கடல் நறுமணம் கமழுகின்றதெனல்

134

ஆய்ந்த மேகலையவர் அம் பொன் மாளிகை
வேய்ந்த கார் அகில் புகை உண்ட மேகம் போய்த்
தோய்ந்த மா கடல் நறுந் தூபம் நாறுமேல்
பாய்ந்த தரையின் நிலை பகரல் வேண்டுமோ?

நுட்ப வேலைப்பாடமைந்த
மேகலை அணிந்த மகளிர்
கூந்தலுக்கு வாசனையூட்ட
மாளிகைகளில் கிளம்பும்
கரிய அகிற்புகை உண்ட
மேகங்கள் போய்ப் படிந்த
பெருங்கடலும் அகிலின்
நறுமணம் கமழுமெனில்
மழைத்துளி வீசும் மணம்
சொல்லவும் வேண்டுமா!

★

அயோத்தியில் உள்ள மகளிர் குதலை முதலியவற்றின் இயல்பு

135

குழல் இசை மடந்தையர் குதலை, கோதையர்
மழலை, -அம் குழல் இசை; மகர யாழ் இசை,
எழில் இசை மடந்தையர் இன்சொல் இன் இசை
பழையர்தம் சேரியில் பொருநர் பாட்டு இசை.

வாரியள்ளி முடிய முடியாத
கூந்தலைக் கொண்டுள்ள
சிறுமியரின் குதலை மொழி
அழகுக் குழலிசை போலிருக்கும்;
மங்கைப் பருவத்தின் மழலை
யாழிசையைப் போலிருக்கும்;
வனப்புடைய பெண்டிரின்
மதுரச்சொல்லின் இன்னிசை
கள் விற்கும் பழையர் சேரி
கூத்தர் இசை போலிருக்கும்.

★

யானைகள் செய்த குழிகளைச் சுண்ணம் தூர்க்கின்றது எனல்

136

கண்ணிடைக் கனல் சொரி களிறு, கால் கொடு
மண்ணிடை வெட்டுவ; வேட்கை மைந்தர்தம்
பண்ணைகள் பயில் இடம் குழி படைப்பன;
சுண்ணம்அக் குழிகளைத் தொடர்ந்து தூர்ப்பன.

காண்போர் விரும்பும் இளைஞர்
விளையாட்டுப் பயிலுமிடங்கள்,
விழியில் தீப்பொறி வீசும் களிறு
கால்களால் தரை உதைத்ததில்
சில பள்ளங்கள் விழுந்திருக்கும்;
அவர்கள் பூசிய வாசப்பொடிகள்
அக்குழி சிந்தி நிறைந்திருக்கும்.

★

மகளிர் பந்தாடல்

137

பந்துகள் மடந்தையர் பயிற்றுவாரிடைச்
சிந்துவ முத்தினம்; அவை திரட்டுவார்
அந்தம் இல் சிலதியர்; ஆற்ற குப்பைகள்,
சந்திரன் ஒளி கெட, தழைப்ப தண் நிலா.

பந்தாடும் இளம்பெண்கள்
அணியும் நகைகளிலிருந்து
சிந்திச்சிதறும் முத்துக்களைச்
சேகரிக்கும் பணிப்பெண்கள்
உண்டாக்கிய முத்துக் குவியல்
நிலவின் பிரகாசம் மங்குமாறு
குளிர்வெண்ணொளி வீசும்.

★

நடனமாதர் கண்பட்டுக் காண்பார்க்கு உயிர் மெலிதலும் காதல் வளர்தலும்

138

அரங்கிடை மடந்தையர் ஆடுவார்; அவர்
கருங் கடைக் கண் அயில் காமர் நெஞ்சினை
உருங்குவ; மற்று, அவர் உயிர்கள் அன்னவர்
மருங்குல்போல் தேய்வன; வளர்வது, ஆசையே.

அரங்கிலே பெண்கள் நடனமாட,
அவர்களின் கருப்புக் கடைக்கண்
வேலாய் ஆண்கள் மனமுருக்கும்,
ஆடவர் ஆசை பெருக, அவர் உயிர்
அப்பெண்டிர் இடையாய் மெலியும்.

★

சோலை தேன் பொழிய மகளிர் வருந்துதல்

139

பொழிவன சோலைகள் புதிய தேன் சில;
விழைவன தென்றலும் மிஞிறும் மெல்லென
நுழைவன; அன்னவை நுழைய, நோவொடு
குழைவன, பிரிந்தவர் கொதிக்கும் கொங்கையோ.

சோலைகள் புதுத்தேன் பொழிய,
தென்றலும் வண்டும் அதை விரும்பி
அங்கே நுழைய, அதையுணர்ந்ததும்
பிரிந்தவனை எண்ணிக் கொதிக்கும்
அவள் முலைகள் வருந்தி மெலியும்.

★

பாடலால் பறவைகளும் பரவசமாதல்

140

இறங்குவ மகர யாழ் எடுத்து இன் இசை
நிறங் கிளர் பாடலான் நிமிர்வ; அவ் வழி
கறங்குவ வள் விசி கருவி; கண் முகிழ்த்து
உறங்குவ, மகளிரோடு ஓதும் கிள்ளையே.

மகர யாழில் கவர்ந்தெடுத்த
இன்னிசை தேய்ந்தொலிக்கும்;
கிளர்ச்சியூட்டும் வாய்ப்பாட்டு
உரத்தொலிக்கும் - அதற்கேற்ப
தோல் கட்டிய முழவுகள் முழங்க,
பெண்களோடு பேசும் கிளிகள்
கண்கள் மூடி உறங்குகின்றன.

★

ஆடவர் தோள்கள் அரிவையர் தாளால் உதைபட்டுச் சிவத்தல்

141

குதை வரிச் சிலைநுதல் கொவ்வை வாய்ச்சியர்
பதயுகத் தொழில்கொடு, பழிப்பு இலாதன
ததை மலர்த் தாமரை அன்ன தாளினால்,
உதைபடச் சிவப்பன, உரவுத் தோள்களே.

நாண் பூட்டிய வரியோடிய
வில் போன்ற நெற்றியும்
கோவைக் கனி வாயும்
கொண்ட பெண்களின்
கால்களின் தொழிலில்
பழித்துச் சொல்லவியலா
நெருங்கிய இதழுடைய
தாமரைப் பாதங்களால்
ஊடலில் உதைபட்டதால்
சிவந்து நிற்கின்றன
வலிய ஆண் தோள்கள்.

(கால்களின் தொழில் - பெண்கள் தம் பாதங்களில் செம்பஞ்சுச் சாயம் பூசுதல்)

★

சித்திரங்கள் இமையாத காரணம்

142

பொழுது உணர்வு அரிய அப் பொரு இல் மா நகர்த்
தொழு தகை மடந்தையர் சுடர் விளக்கு எனப்
பழுது அறு மேனியைப் பார்க்கும் ஆசைகொல்,
எழுது சித்திரங்களும் இமைப்பு இலாதவே?

நேரமறிவதற்குச் சிரமமான
ஒப்பற்ற அப்பெருநகரிலுள்ள
கும்பிடத்தக்க பெண்களின்
ஒளி வீசும் விளக்கு போன்ற
குற்றமற்றுத் திகழும் உடலை
காண விரும்பும் ஆசையாலே
ஓவியங்கள் இமைக்காமல்...

(நேரமறிவதற்குச் சிரமமான - பெண்களின் நகைகள் ஒளிர்ந்து இரவையும் பகலாக்கும்)

★

மாளிகைகளில் மகளிர் மேனியே இருளகற்றுதல்

143

தணி மலர்த் திருமகள் தங்கு மாளிகை
இணர் ஒளி பரப்பில் நின்று இருள் துரப்பன,
திணி சுடர் நெய்யுடைத் தீ விளக்கமோ?
மணி விளக்கு: அல்லன் மகளிர் மேனியே.

குளிர் மலர் வாழும் லக்ஷ்மி
வாசம் செய்யும் மாளிகைகள்
மிக ஒளி வீசி, இருள் ஒழிக்க
செறிந்த சுடர் நெய்விளக்கோ,
ரத்னங்களின் வெளிச்சமோ
காரணமல்ல - மகளிர் மேனி!

★

ஆடற்சதியை அளந்து காட்டுவன குதிரைகளின் கிண்கிணி மாலை

144

பதங்களில் தண்ணுமை, பாணி, பண் உற
விதங்களின், விதி முறை சதி மிதிப்பவர்
மதங்கியர்; அச் சதி வகுத்துக் காட்டுவ
சதங்கைகள்; அல்லன புரவித் தார்களே.

மத்தள ஒலி, தாள கதியுடன்
பாடலோசை பொருந்தி நிற்க,
நாட்டிய நூற்படி பல விதமாய்
கால் இசையோடு இசைந்தாட,
ஆடலரசிகள் சதி சொல்பவை
அவர்களின் சதங்கைகளும்
ஆடும் புரவியின் கால்களும்.

(சதி - தாளத்துடன் ஒத்திசைந்த நடனம்)

★

மதங்கியர் அழகின் மாட்சி

145

முளைப்பன முறுவல்; அம் முறுவல் வெந் துயர்
விளைப்பன; அன்றியும், மெலிந்து நாள்தொறும்
இளைப்பன நுண் இடை; இளைப்ப, மென் முலை
திளைப்பன, முத்தொடு செம் பொன் ஆரமே.

(பெண்கள்) புன்னகை பூக்க,
அவர் மீது காதலுற்றோர்க்கு
அது கொடுந்துயர் அளிக்கும்;
இடை நிதம் மெலிந்திளைக்க,
முத்து மாலை, பொன்னாரம்
பூண்டு மகிழும் மென்முலை.

★

களிப்புடையன இவை எனல்

146

இடை இடை, எங்கணும், களி அறாதன:-
நடை இள அன்னங்கள்; நளின நீர்க் கயல்;
பெடை இள வண்டுகள்; பிரசம் மாந்திடும்
கட கரி; அல்லன மகளிர் கண்களே!

இடையிடையே (தடைபடாமல்)
எப்போதும் மகிழ்ச்சி நீங்காதவை
அழகு நடை இளம் அன்னங்கள்
தாமரை நீர்நிலை வாழ் மீன்கள்
பெட்டையைக் கூடும் வண்டுகள்
தேனடை புசிக்கும் மதயானைகள்
இவற்றுடன் பெண்கள் கண்கள்.

★

யானையின் மதநீரால் பூமி குழைதல்

147

தழல் விழி ஆளியும் துணையும் தாழ் வரை
முழை விழை கிரி நிகர் களிற்றின் மும் மத
மழை விழும்; விழும்தொறும், மண்ணும் கீழ் உறக்
குழை விழும்; அதில் விழும், கொடித் திண் தேர்களே.

தீ விழியுடைய அரிமாவும்
அதன் பெண் துணையும்
வாழ ஏற்ற மலைக்குகை;
அம்மலை போன்ற யானை
மழையாய் மதநீர் பொழிய
மண்ணில் ஆழச் சேறாக,
கொடி கொண்ட வல்லிய
தேர்கள் அதில் புதையும்.

★

மாலை கலவைச்சாந்து இவற்றின் மிகுதி

148

ஆடு வார் புரவியின் குரத்தை ஆர்ப்பன,
சூடுவார் இகழ்ந்த அத் தொங்கல் மாலைகள்;
ஓடுவார் இழுக்குவது, ஊடல் ஊடு உறக்
கூடுவார் வன உலை கொழித்த சாந்தமே.

சூடிய பெண்டிர் வாடின என
இகழ்ந்தெறிந்த மாலைகள்
ஆடும் உயரக்குதிரைகளின்
குளம்புகள் பிணைக்கும்;
ஊடலிடையே ஆடவருடன்
கூடித்திளைக்கும் மகளிர்
அழகிய முலைகள் வழித்து
வீதியிலெறிந்த சந்தனம்
ஓடுவோர் விழ வழுக்கும்.

★

மாலை மணிகளைக் கழுவுதல்

149

இளைப்ப அருங் குரங்களால், இவுளி, பாரினைக்
கிளைப்பன; அவ் வழி, கிளர்ந்த தூளியின்
ஒளிப்பன மணி; அவை ஒளிர, மீது தேன்
துளிப்பன, குமரர்தம் தோளின் மாலையயே.

குதிரைகள் வீதியோட
குளம்புகள் பூமி கீற
கிளர்ந்தெழும் புழுதி
(ஏறி வந்த வீரர்களின்)
மணிகள் மறைக்கும்;
அவை மறுபடி ஒளிர
தோளணிந்த மாலை
தேன் துளி சொரியும்.

★

நாறுவ இவை எனல்

150

விலக்க அருங் கரி மதம் வேங்கை நாறுவ;
குலக் கொடி மதர் வாய் குமுதம் நாறுவ;
கலக் கடை கணிப்ப அருங் கதிர்கள் நாறுவ;
மலர்க் கடி நாறுவ. மகளிர் கூந்தலே.

ஒதுக்கவியலா யானை மதநீர்
வேங்கை மலராய் மணக்கும்;
நற்குடிக் கொடியிடை மகளிர்
வாயில் குமுதப் பூ விளங்கும்;
அளக்க அரிய ஒளிக்கதிர்கள்
அவர்கள் நகைகளில் வீசும்;
கூந்தல் மலர் வாடை கமழும்.

(யானையின் மதநீர் எப்படி வேங்கை மலர் போல் மணக்கும்? வேங்கை மலர்கள் புலி போல் தோன்றும். அதனால் யானைகள் அம்மரத்தைத் தாக்க, மலர்கள் அதன் மீது விழும். அப்படி மதநீர் அந்த மணம் பெறும்.)

★

அயோத்தி நகரின் ஆவண வீதிக்கு அளகாபுரி தோற்றது எனல்

151

கோவை இந் நகரொடு எண் குறிக்கலாத அத்
தேவர்தம் நகரியைச் செப்புகின்றது ஏன்?
யாவையும் வழங்கு இடத்து இகலி. இந் நகர்
ஆவணம் கண்டபின். அளகை தோற்றதே!

சிறந்த நகரங்களுடன் ஒப்பிட்டுப்
பேசவியலா தேவரின் நகரத்தை
அயோத்திக்கு இணையானதா
இல்லையா என விவாதம் எதற்கு?
சகலமும் வழங்குவதில் தனித்து
நிற்கும் இந்நகரக் கடைவீதி முன்
அளகாபுரி நகரம் தோற்று நிற்கும்.

(தேவர்களின் நகரம் அமராவதி | அளகாபுரி - குபேரனின் நகரம்)

★

மைந்தர் கூட்டத்தின் நிகழ்ச்சிகள் இவை எனல்

152

அதிர் கழல் ஒலிப்பன; அயில் இமைப்பன;
கதிர் மணி அணி வெயில் கால்வ; மான்மதம்
முதிர்வு உறக் கமழ்வன; முத்தம் மின்னுவ;
மதுகரம் இசைப்பன; - மைந்தர் ஈட்டமோ

அதிரும் வீரக்கழல்கள்
ஆர்ப்பரித்து ஒலிக்கும்;
வேல் முதலான படைக்கலங்கள்
வெளிச்சம் சிந்தும்;
ஒளிரும் ரத்னங்களாலான
நகைகள் மினுங்கும்;
கஸ்தூரி மணம் கமழும்;
முத்துக்கள் மின்னும்;
வண்டுகள் பண் பாடும் -
ஆண்கள் கூட்டம் இப்படி.

★

வாத்திய ஒலிகள் கடலொலியை வென்றமை

153

வளை ஒலி. வயிர் ஒலி. மகர வீணையின்
கிளை ஒலி. முழவு ஒலி. கின்னரத்து ஒலி.
துளை ஒலி. பல் இயம் துவைக்கும் சும்மையின்
விளை ஒலி.- கடல் ஒலி மெலிய. விம்முமே.

சங்கு ஓசை கொம்பு ஓசை
மகர யாழ் வகையின் ஓசை
மத்தள ஓசை கின்னர ஓசை
துளைக் கருவிகளின் ஓசை
மேலும் பற்பல வாத்தியங்கள்
இசைக்க எழும் ஆரவார ஓசை -
சமுத்திரத்தின் ஆர்ப்பரிப்பும்
மெலிந்து தோன்ற முழங்கும்.

★

மண்டப வகைகள்

154

மன்னவர் தரு திறை அளக்கும் மண்டபம்.
அன்னம் மென் நடையவர் ஆடு மண்டபம்.
உன்ன அரும் அரு மறை ஓது மண்டபம்.
பன்ன அருங் கலை தெரி பட்டி மண்டபம்.

சிற்றரசர் கப்பம் அளக்கும் மண்டபம்
அன்ன நடை மாதர் ஆடும் மண்டபம்
அறிய அரிய வேதம் ஓதும் மண்டபம்
விதந்தோதுவதற்குரிய கலைகளை
அறிஞர்கள் ஆராயும் பட்டிமண்டபம்.

★

தோரணம் தெரு புரவிப்பந்தி இவற்றின் சிறப்பு

155

இரவியின் சுடர் மணி இமைக்கும். தோரணம்;
தெருவினின் சிறியன. திசைகள்; சேண் விளங்கு
அருவியின் பெரியன. ஆனைத் தானங்கள்;
பரவையின் பெரியன. புரவிப் பந்தியே.

சூரியனைப் போன்று
சுடர் விடும் மணிகளாக
ஒளிரும் தோரணங்கள்;
நீண்ட வீதிகளை விடவும்
திசைகள் மிகச்சிறியவை;
மலையினுயரம் கொண்ட
அருவியினும் பெரியது
யானை ஒழுக்கும் மதநீர்;
கடல்களை விட விரிந்தது
குதிரைகள் கட்டும் லாயம்.

★

மாளிகையில் மாதர்கள் முகமும் விழிகளும் மலர்தல்

156

சூளிகை மழை முகில் தொடக்கும் தோரண
மாளிகை மலர்வன. மகளிர் வாள் முகம்;
வாளிகள் அன்னவை மலர்வ; மற்று அவை.
ஆளிகள் அன்னவர் நிறத்தின் ஆழ்பவே.

மாளிகைச் சிகரம் மேகம் தொடும்;
தோரண அலங்காரங்களினூடே
மகளிர் ஒளிமுகம் மலர்ந்திருக்கும்;
அவற்றில் அம்புகள் விளங்கும்;
சிங்கத்தை ஒத்த ஆண்களின்
மார்பை அவை அகழ்ந்து நிற்கும்.

(அம்புகள் - கண்களைக் குறிக்கிறது)

★

மன்னவர் கழலொலியோடும் மகளிர் சிலம்பொலியோடும் மாறுகொள்வன இவை எனல்

157

மன்னவர் கழலொடு மாறு கொள்வன.
பொன் அணித் தேர் ஒலி. புரவித் தார் ஒலி;
இன் நகையவர் சிலம்பு ஏங்க. ஏங்குவ.
கன்னியர் குடை துறைக் கமல அன்னமே

பொன்னலங்காரத் தேரொலி,
புரவிப் படையெழுப்பும் சப்தம்-
இவற்றிலிருந்து வேறுபட்டது
மன்னர்கள் வீரக்கழலோசை;
புன்சிரிப்புடைய பெண்டிரின்
சிலம்புகள் தரும் ஓசை கண்டு
நீரில் வாழும் தாமரை மீதுள்ள
அன்னம் பொறாமையிலேங்கும்.

★

மகளிர் சிலர் பொழுதுபோக்கும் திறன்

158

ஊடவும். கூடவும். உயிரின் இன் இசை
பாடவும். விறலியர் பாடல் கேட்கவும்.
ஆடவும். அகன் புனல் ஆடி அம் மலர்
சூடவும். பொழுது போம்- சிலர்க்கு. அத் தொல்நகர்.

அப்பழைய நகரம் வாழும் சிலர்க்கு
காதலரோடு ஊடி, கூடி மகிழவும்
உயிரினும் இனிய இசை பாடியும்
இசையில் சிறந்த விறலியர்கள்
பாடல்கள் கேட்டும் நடனமாடியும்
அகன்ற நீர்நிலைகளில் நீராடியும்
அழகுமலர் சூடியும் பொழுது போகும்.

★

ஆடவரிற் சிலர் பொழுதுபோக்கும் முறை

159

முழங்கு திண் கட கரி மொய்ம்பின் ஊரவும்.
எழும் குரத்து இவளொடு இரதம் ஏறவும்.
பழங்கணோடு இரந்தவர் பரிவு தீர்தர
வழங்கவும். பொழுது போம் - சிலர்க்கு. அம்மாநகர்.

பிளிறி முழங்கும் மதயானையில்
பலத்தால் ஏறி ஊர்ந்து போகவும்
ஆரவாரம் எழுப்புகிற குதிரை
பூட்டிய தேரில் ஏறிச் செல்லவும்
வறுமையுடன் வந்து இரப்பவரின்
துயர் நீக்கப் பொருள் வழங்கவும்
எனச் சிலருக்குப் பொழுது தீரும்.

★

சிலர் போர்க்கலை ஆராய்ச்சியால் பொழுதுகழித்தல்

160

கரியொடு கரி எதிர் பொருத்தி. கைப் படை
வரி சிலை முதலிய வழங்கி. வால் உளைப்
புரவியில் பொரு இல் செண்டு ஆடி. போர்க் கலை
தெரிதலின். பொழுது போம்- சிலர்க்கு. அச் சேண் நகர்.

யானைக்கெதிராக யானையைச்
சமர் புரிய வைத்துப் பார்ப்பதும்
கையிலொரு படையென அமைந்த
வில் முதலியவற்றைப் பயில்வதும்
நீண்ட பிடரியுடை குதிரை மீதேறி
இணையற்ற செண்டு பந்தாடுவதும்
போர்க்கலைகள் அறிந்து கற்பதும்
சிறப்புகள் நிறைந்த அந்த நகரில்
மேலும் சிலருக்குப் பொழுதுபோக்கு.

★

சிலர் பொழுதுகழிக்கும் முறை

161

நந்தன வனத்து அலர் கொய்து. நவ்விபோல்
வந்து; இளையவரொடு வாவி ஆடி. வாய்ச்
செந் துவர் அழிதரத் தேறல் மாந்தி. சூது
உந்தலின் பொழுது போம்- சிலர்க்கு. அவ் ஒள் நகர்.

பூங்கா பூப்பறித்து, பெண் மான் போல்
யுவதிகளுடன் பொய்கையில் நீராடி
வாயின் செந்நிறம் அழியத் தேன் பருகி
தாயம் முதலிய விளையாட்டுகள் ஆடி
ஒளி மிக்க நகரில் சிலர் பொழுது தீரும்.

★

கொடிகளின் உயர்வு

162

நானா விதமா நளி மாதிர வீதி ஓடி.
மீன் நாறு வேலைப் புனல் வெண் முகில் உண்ணுமாபோல்.
ஆனாத மாடத்திடை ஆடு கொடிகள் மீப் போய்.
வான் ஆறு நண்ணி. புனல் வற்றிட நக்கும் மன்னோ.

குறையற்ற மாடத்தில் அசையும் கொடி
நானாவிதமும் பறந்து வான வீதியோடி
மீன் வாசக்கடல் பருகும் வெண்மேகமாய்
ஆகாயகங்கை தொட்டு வற்றும்படி நக்கும்.

★

கோபுர மதில்களின் உயர்வு

163

வன் தோரணங்கள் புணர் வாயிலும். வானின் உம்பர்
சென்றுஓங்கி. ‘மேல்ஓர் இடம் இல்’ எனச் செம் பொன் இஞ்சி
குன்று ஓங்கு தோளோர் குணம் கூட்டு இசைக் குப்பை என்ன-
ஒன்றோடு இரண்டும். உயர்ந்து ஓங்கின. ஓங்கல் நாண.

வன்தோரணம் தொங்கும் வாயிலும்
செம்பொன் செய்த மதில் மூன்றும்
வானுயர்ந்து, அப்பால் இடமில்லாது
மலையாகிய தோளுடைய ஆண்களின்
நட்பும் புகழுமாகிய குணங்கள் போல்
மலை நாணுமாறு உயரம் கொண்டன.

★

எங்கும் மலர்ப்பல்லவப் பள்ளி

164

காடும். புனமும். கடல் அன்ன கிடக்கும். மாதர்
ஆடும் குளனும். அருவிச் சுனைக் குன்றும். உம்பர்
வீடும். விரவும் மணப் பந்தரும். வீணை வண்டும்
பாடும் பொழிலும். மலர்ப் பல்லவப் பள்ளி மன்னோ!

காடுகளில் வீட்டுத்தோட்டங்களில்
கடல் போன்ற அகழியின் ஓரங்களில்
மகளிர் விளையாடும் தடாகங்களில்
அருவி, சுனைகளுடைய மலைகளில்
மாடி வீடு விரவிய முத்துப்பந்தல்களில்
வண்டு வீணையிசைக்கும் சோலையில்
மலர் தளிர்ப் படுக்கை நிலைத்திருக்கும்.

★

அயோத்தியில் கள்வாருமில்லை கொள்வாருமில்லை

165

தெள் வார் மழையும். திரை ஆழியும் உட்க. நாளும்.
வள் வார் முரசம் அதிர் மா நகர் வாழும் மாக்கள்-
கள்வார் இலாமைப் பொருள் காவலும் இல்லை; யாதும்
கொள்வார் இலாமைக் கொடுப்பார்களும் இல்லை மாதோ.

தெளிந்த நீர் தரும் மேகங்களும்
அலைகளுடைய கடலும் அஞ்ச,
தோல் வார் கட்டிய பேரிகைகள்
தினம் ஒலிக்கிற மாநகர் வாழும்
பாமரரிடையேயும் களவு இல்லை,
பொருட்களுக்குக் காவலுமில்லை;
யாசித்துண்பவர் எவரும் இல்லை,
கொடையளிக்கும் வள்ளலுமில்லை.

★

அயோத்தி நகரில் கல்வியும் செல்வமும் சிறந்தவாறு

166

கல்லாது நிற்பார் பிறர் இன்மையின்
கல்வி முற்ற
வல்லாரும் இல்லை; அவை
வல்லர் அல்லாரும் இல்லை;
எல்லாரும் எல்லாப் பெரும் செல்வமும்
எய்தலாலே,
இல்லாரும் இல்லை; உடையார்களும்
இல்லை மாதோ.

படிக்காதவர் எவருமில்லை; எனவே
மெத்தப் படித்தோரும் தனித்தில்லை.
எல்லார்க்கும் செல்வம் செழிப்பதால்
இல்லாரில்லை, உடையோருமில்லை.

★

அயோத்தி மாநகரம் தருவை நிகர்க்கும் எனல்

167

ஏகம் முதல் கல்வி முளைத்து எழுந்து. எண் இல் கேள்வி
ஆகும் முதல் திண் பணை போக்கு. அருந் தவத்தின்
சாகம் தழைத்து. அன்பு அரும்பு. தருமம் மலர்ந்து.
போகங் கனி ஒன்று பழுத்தது போலும் அன்றே.

கல்வியெனும் ஒப்பற்ற விதை
முளைத்து மேலே எழுந்திட,
முதன்மையும் வலிமையுமாய்
எண்ணற்ற கேள்விகளெனும்
கிளைகளை எங்கும் பரப்பி,
அருந்தவ இலைகள் தழைத்து,
சகல உயிர்களிடம் செலுத்தும்
அன்பெனும் அரும்பு முகிழ்த்து,
அறச்செயல் மலர்கள் பூத்து,
இன்பம் என்கிற பழம் பழுத்த
விருட்சமாய்ப் பொலிந்தது நகர்.

★★★

5. அரசியற் படலம்

அயோத்தி அரசனுடைய சிறப்பியல்புகள்

168

அம் மாண்நகருக்கு அரசன் அரசர்க்கு அரசன்;
செம் மாண் தனிக் கோல் உலகு ஏழினும் செல்ல நின்றான்;
இம் மாண் கதைக்கு ஓர் இறை ஆய இராமன் என்னும்
மொய்ம் மாண் கழலோன்-தரு நல் அற மூர்த்தி அன்னாங்

அத்தகு மாட்சியுடைய
நகரத்தை ஆள்கிறவன்
அரசர்களின் பேரரசன்;
மாண்புடைய ஒப்பற்ற
செங்கோலால் ஏழுலகிலும்
ஆணை செல்லுபடியாக
ஆண்டு நிலைத்தவன்;
பெருமைகள் நிறைந்த
இக்கதையின் நாயகன்
ராமன் என்ற பேருடைய,
பலம், பெருமை கொண்ட
வீரக்கழல் பூண்டவனைப்
பெற்ற நல்லறவான்.

169

ஆதிம் மதியும். அருளும். அறனும். அமைவும்.
ஏதில் மிடல் வீரமும். ஈகையும். எண் இல் யாவும்
நீதிந் நிலையும். இவை நேமியினோர்க்கு நின்ற
பாதி; முழுதும் இவற்கே பணி கேட்ப மன்னோ.

முதன்மை அறிவு, அருள்,
அறம் தவறாமை, சாந்தம்,
குறையற்ற வலிமை, வீரம்,
கொடை, நீதி வழுவாமை -
இவை மற்ற அரசர்களிடம்
கொஞ்சம் ஒட்டியிருக்கும்;
இம்மன்னரிடமோ முழுக்க
உத்தரவு கேட்டு நிற்கும்.

170

மொய் ஆர்கலி சூழ் முது பாரில். முகந்து தானக்
கை ஆர் புனலால் நனையாதன கையும் இல்லை;
மெய் ஆய வேதத் துறை வேந்தருக்கு ஏய்ந்த. யாரும்
செய்யாத. யாகம் இவன் செய்து மறந்த மாதோ.

நிறைகடலால் சூழப்பட்ட
இந்தப் பழைய உலகில்
வாரி முகந்து தானமிடும்
கரத்தில் நிறைந்த நீரில்
நனையாத கை இல்லை;
நிலைத்த வேதநெறி நின்ற
அரசர்களுக்குரிய - ஆனால்
எவரும் செய்யாமல் விட்ட
யாகங்களை இம்மன்னன்
என்றோ செய்து மறந்தான்.

171

தாய் ஒக்கும் அன்பின்; தவம் ஒக்கும் நலம் பயப்பின்;
சேய் ஒக்கும். முன் நின்று ஒரு செல் கதி உய்க்கும் நீரால்;
நோய் ஒக்கும் என்னின் மருந்து ஒக்கும்; நுணங்கு கேள்வி
ஆயப் புகுங்கால். அறிவு ஒக்கும்;- எவர்க்கும் அன்னான்.

அந்த மன்னன் எவர்க்கும்
அன்பில் தாய் போன்றவன்;
நன்மைகள் செய்வதில்
தவத்திற்கு நிகரானவன்;
பெற்றவர் அந்திமத்தில்
இறுதிக்கடன் செய்யும்
ஒரு மகனை ஒத்தவன்;
மக்களுக்கு நோய் வரின்
காக்கும் மருந்தாகிறவன்;
நுட்பக்கல்வி ஆய்ந்தால்
அறிவுக்கு ஒப்பானவன்.

172

ஈந்தே கடந்தான். இரப்போர் கடல்; எண் இல் நுண் நூல்
ஆய்ந்தே கடந்தான். அறிவு என்னும் அளக்கர்; வாளால்
காய்ந்தே கடந்தான். பகை வேலை; கருத்து முற்றத்
தேய்ந்தே கடந்தான். திருவின் தொடர் போக பௌவம்.

யாசிப்பவர் எனும் கடலைக்
கொடை செய்து கடந்தான்;
அறிவெனும் சமுத்திரத்தை
நூல்கள் ஆய்ந்து கடந்தான்;
எதிரியெனும் பெருங்கடலை
வாளின் சினத்தால் கடந்தான்;
மனம் நிறையும்படி துய்த்தே
செல்வ வளத்தால் தொடரும்
இன்பமெனும் கடல் கடந்தான்.

★

அயோத்தி அரசன் பெயர் தசரதன்

173

வெள்ளமும். பறவையும். விலங்கும். வேசையர்
உள்ளமும். ஒரு வழி ஓட நின்றவன்;
தள்ள அருப் பெரும் புகழ்த் தயரதப் பெயர்
வள்ளல்; வள உறை அயில் மன்னர் மன்னனே.

தோலுறை போட்ட வேலுடைய
மன்னர்களுக்கு மன்னனாகிய
தயரதன் என்கிற பெயருடைய
இந்த வள்ளலின் ஆளுகையில்
வெள்ளம், பறவை, விலங்குகள்,
விலைமாதர் உள்ளமென யாவும்
எல்லை மீறாமல் ஒரு வழி நிற்க,
அவன் புகழோடு நிலைத்தான்.

★

உலகம் முழுவதையும் தசரதன் எளிதில் ஆளுதல்

174

நேமி மால் வரை மதில் ஆக. நீள் புறப்
பாம மா கடல் கிடங்கு ஆக. பல் பணி
வாம மாளிகை மலை ஆக. மன்னற்குப்
பூமியும் அயோத்தி மா நகரம் போலுமே.

சக்கரவாள மலை மதிலாக,
நீண்ட பரப்பினைக் கொண்ட
பெரும்புறக்கடல் அகழியாக,
மலைகள் பல மணிகளுடைய
மாளிகைகளாக, புவி முழுக்க
அயோத்தி நகர் போலிருந்தது.

(சக்கரவாளம் - பூமியைச் சுற்றிய மலை)

★

தசரதன் வேலின் சிறப்பு

175

யாவரும் வன்மை நேர் எறிந்து தீட்டலால்
மே வரும் கை அடை வேலும் தேயுமால்;
கோவுடை நெடு மணி மகுட கோடியால்
சேவடி அடைந்த பொன் கழலும் தேயுமால்

எதிர்க்குமெவர் சக்திக்கும்
ஈடாக நேருக்கு நேர் நின்று
வென்று திரும்பும் போரை
அடிக்கடி நிகழ்த்துவதால்
விரும்பும் விடாப்படையான
வாள் வேல் முனை மழுங்க,
வணங்குகிற மன்னர்களின்
நீண்ட மணிமகுட வரிசையில்
அவன் கால்களில் அணிந்த
தங்க வீரக் கழல்கள் தேயும்.

★

தசரதனின் வெண்கொற்றக் குடை

176

மண்ணிடை உயிர்தொறும் வளர்ந்து. தேய்வு இன்றி.
தண் நிழல் பரப்பவும். இருளைத் தள்ளவும்.
அண்ணல்தன் குடை மதி அமையும்; ஆதலான்.
விண்ணிடை மதியினை. 'மிகை இது' என்பவே.

உலகிடை வாழும் உயிர்தோறும்
குளிர் நிழல் எங்கும் பரப்பவும்
இருளை இல்லாமல் நீக்கவும்
வளர்ந்து தேயும் வழக்கமற்ற
வெண்கொற்றக்குடை எனும்
பெருமை மிகு நிலவே போதும்;
வான் நிலவு இங்கு அனாவசியம்.

★

உலகின் உயிர்களுக்குத் தசரதன் ஓர் உடம்பு

177

வயிர வான் பூண் அணி மடங்கல் மொய்ம்பினான்.
உயிர் எலாம் தன் உயிர் ஒக்க ஓம்பலால்.
செயிர் இலா உலகினில். சென்று. நின்று. வாழ்
உயிர் எலாம் உறைவது ஓர் உடம்பு ஆயினான்.

வைரம் இழைத்த நகைகள் பூண்ட
சிங்கம் போல வலிமை கொண்ட
மண்ணுயிர்கள் தன்னுயிரெனக்
காக்கும் குற்றமற்ற பேருலகில்
செல்லும், நில்லும் உயிரெல்லாம்
தங்கி வாழும் உடம்பென ஆனான்.

★

தசரதன் திகிரியின் சிறப்பு

178

குன்றென உயரிய குவவுத் தோளினான்.
வென்றிஅம் திகிரி. வெம் பருதியாம் என.
ஒன்றென உலகிடை உலாவி. மீமிசை
நின்று. நின்று. உயிர்தொறும் நெடிது காக்குமே.

மலை போல் வளர்ந்தவனின்
திரண்ட தோளுடையவனின்
வெற்றிமிகு ஆணைச் சக்கரம்
சூடுடைய சூரியனோ எனும்படி
மிக உயரமாக வானில் நின்று
ஒன்றாகிய பரம்பொருள் போல்
உலகு வாழ் உயிர்களில் உலவி
பெரிய காத்தல் தொழில் புரியும்.

★

தசரதன் உலகைக் கருத்துடன் பாதுகாத்தல்

179

'எய்' என எழு பகை எங்கும் இன்மையால்.
மொய் பொறாத் தினவு உறு முழவுத் தோளினான்.
வையகம் முழுவதும் வறிஞன் ஓம்பும் ஓர்
செய் எனக் காத்து. இனிது அரசு செய்கின்றான்.

(அம்பு எய்யுங்கள் எனும்படி)
எழும் பகைவர் எங்குமில்லை;
போரில்லாமல் தினவு கொண்ட
திரண்ட மத்தளத் தோளுடையவன்
உலக உயிர்கள் அனைத்தையும்
வறியவன் தன் ஒற்றை வயலைக்
கருத்தாகக் காப்பது போல் காத்து
இனிய அரசாட்சி நடத்துகிறான்.

★★★

6. திருஅவதாரப் படலம்

புதல்வரில்லாக் குறையைத் தசரதன் வசிட்டனுக்குக் கூறுதல்

180

ஆயவன். ஒரு பகல். அயனையே நிகர்
தூய மா முனிவனைத் தொழுது. 'தொல் குலத்
தாயரும். தந்தையும். தவமும். அன்பினால்
மேய வான் கடவுளும். பிறவும். வேறும். நீ;

பிரம்மனை நிகர்த்துத் திகழும்,
தூய்மை நிரம்பிய மஹாமுனி
வசிஷ்டனிடம் அந்த மாமன்னன்
ஒருநாள் பணிந்து சொன்னான் -
எம் பழங்குடித் தாயும் தகப்பனும்
தவப்பயனும், அன்பால் விரும்பும்
தெய்வமும் மற்ற யாவும் நீங்களே!

181

எம் குலத் தலைவர்கள். இரவிதன்னினும்
தம் குலம் விளங்குறத் தரணி தாங்கினார்.
மங்குநர் இல் என. வரம்பு இல் வையகம்.
இங்கு. நின் அருளினால். இனிதின் ஓம்பினேன்.

எமது இனத் தலைவர்கள்
சூரியனை விடவும் குலம்
விளங்க உலகம் காத்தனர்
என்ற புகழ் மங்காதவர்கள்;
எல்லையற்ற இவ்வுலகை
உங்கள் ஆசியால் இங்கே
இனிதே காத்து வருகிறேன்.

182

அறுபதினாயிரம் ஆண்டும் மாண்டு உற.
உறு பகை ஒடுக்கி. இவ் உலகை ஓம்பினேன்;-
பிறிது ஒரு குறை இலை; என பின் வையகம்
மறுகுவது என்பது ஓர் மறுக்கம் உண்டுஅரோ.

ஆண்டுகள் அறுபதாயிரம்
மாட்சிமை பொருந்தி நின்று,
வலுத்த எதிரிகளை ஒடுக்கி
இந்த நிலத்தைக் காத்தேன்;
வேறு ஒரு குறையுமில்லை,
எனக்குப் பின் இவ்வுலகம்
தலைவனின்றிக் கலங்குமே
என்ற மனக்குழப்பம் தவிர.

183

அருந் தவ முனிவரும். அந்தணாளரும்.
வருந்துதல் இன்றியே வாழ்வின் வைகினார்;
இருந் துயர் உழக்குநர் என் பின் என்பது ஓர்
அருந் துயர் வருத்தும். என் அகத்தை என்றனன்.

வருந்தாமல் வாழ்ந்திருந்த,
அருந்தவம் செய்முனிவரும்
அறங்கொண்ட அந்தணரும்
(வாரிசற்ற) என் ராஜ்யத்தில்
துக்கங்கொள்வர் என்ற துயர்
என் நெஞ்சை வருத்துகிறது.

★

திருமால் கொடுத்த வரத்தினை வசிட்டன் நினைத்தல்

184

முரசு அறை செழுங் கடை. முத்த மா முடி.
அரசர்தம் கோமகன் அனைய கூறலும்.
விரை செறி கமல மென் பொகுட்டு மேவிய
வர சரோருகன் மகன் மனத்தில் எண்ணினான்-

முரசொலிக்கும் வாசல் கொண்ட,
முத்துமணி மாலைகள் அணிந்த,
மாமன்னன் கூறிய சொற்கள் கேட்ட
மணம் கமழ் தாமரைப் புஷ்பத்தின்
உச்சியமர்ந்த உயர் நான்முகன் மகன்
தன் மனதில் நினைக்க ஆரம்பித்தான்...

185

அலை கடல் நடுவண். ஓர் அனந்தன் மீமிசை.
மலை என விழி துயில்வளரும் மா முகில்.
'கொலைதொழில் அரக்கர்தம் கொடுமை தீர்ப்பென்' என்று.
உலைவுறும் அமரருக்கு உரைத்த வாய்மையை.

அலை வீசும் பாற்கடல் நடுவே
ஒப்பற்ற அனந்த நாகம் மேலே
கருமலையெனக் கண் வளரும்
பெருமேகம் போன்ற திருமால்,
உயிர் கொல்லும் அசுரர்களின்
கொடுமையை முடிப்பேன் என
வருந்தி நின்ற தேவர்களுக்குச்
சொல்லி வைத்த சத்தியத்தை.

★

வசிட்டன் மனத்தில் கருதிய தேவலோக நிகழ்ச்சிகள்

186

சுடு தொழில் அரக்கரால் தொலைந்து. வான் உளோர்.
கடு அமர் களன் அடி கலந்து கூறலும்.
படு பொருள் உணர்ந்த அப் பரமன். 'யான் இனி
அடுகிலேன்' என மறுத்து. அவரொடு ஏகினான்

கொடுந்தொழில் புரியும் அசுரரால்
வாழ்விழந்த வானுலகத் தேவர்கள்
நஞ்சுக் கழுத்துச் சிவன் பாதத்தில்
சரணடைந்து துன்பங்கள் சொல்ல,
அடுத்து நிகழ்வதை உணர்ந்தவர்
இனி அரக்கருடன் போரிட மாட்டேன்
என்று அவர்களுடன் புறப்பட்டார்.

187

பாகசாதனன்தனைப் பாசத்து ஆர்த்து. அடல்
மேகநாதன். புகுந்து இலங்கை மேய நாள்.-
போக மா மலர் உறை புனிதன்.- மீட்டமை.
தோகைபாகற்கு உறச் சொல்லினான்அரோ.

பலம் மிக்கவனான மேகநாதன்
தேவலோகத்தினுள்ளே புகுந்து
தேவர் தலைவனைக் கயிறு கட்டி
இலங்கைக்குக் கொண்டு போக,
சுகமான அழகிய தாமரையில்
உறையும் புனித பிரம்மனான
தானே அவனை மீட்டு வந்ததை
மாதொருபாகனிடம் உரைத்தார்.

188

வடவரைக் குடுமியின் நடுவண். மாசு அறு
சுடர் மணி மண்டபம் துன்னி. நான்முகக்
கடவுளை அடி தொழுது. அமர கண்டகர்
இடி நிகர் வினையம்அது இயம்பினான் அரோ.

மேருமலைச் சிகரத்தின் நடுவே உள்ள
குறையற்ற ஒளிமிக்க மணிகளாலான
மண்டபத்தைச் சென்றடைந்த (சிவன்),
நான்முகப் பிரம்மனின் பாதம் பணிந்து
தேவர்களின் பகைவராம் அசுரர்களின்
இடி நிகர்த்த கொடூரங்கள் சொன்னார்.

189

'இருபது கரம். தலை ஈர்-ஐந்து. என்னும் அத்
திருஇலி வலிக்கு. ஒரு செயல் இன்று. எங்களால்.
கரு முகில் என வளர் கருணைஅம் கடல்
பொருது. இடர் தணிக்கின் உண்டு. எனும் புணர்ப்பினால்.

இருபது கை பத்துத் தலையுடைய
அந்த அருளற்றவன் வலிமையை
எம்மால் எதிர்க்க இயலவில்லை;
கருத்த மேகமாய்க் கண் வளரும்
கருணைக் கடலாகிய (திருமால்)
போரிட்டு எம் துயர் துடைத்தால்
எமக்கு வாழ்வுண்டு என்ற கருத்து...

190

திரைகெழு பயோததி துயிலும் தெய்வவான்
மரகத மலையின் வழுத்தி நெஞ்சினால்
கரகமலம் குவித்து இருந்து காலையில்-
பரகதி உணர்ந்தவர்க்கு உதவு பண்ணவன்.

அலைபாற்கடலில் பள்ளிகொண்ட,
தெய்வத்தனமான உயர்மரகத மலை
ஒத்த விஷ்ணுவை மனதால் துதித்து
தாமரை கரங்கூப்பி இருக்கையில்,
உயர்கதி இது என உணர்ந்தவர்க்கு
தாமதிக்காது உதவி செய்யும் அவன்...

★★★

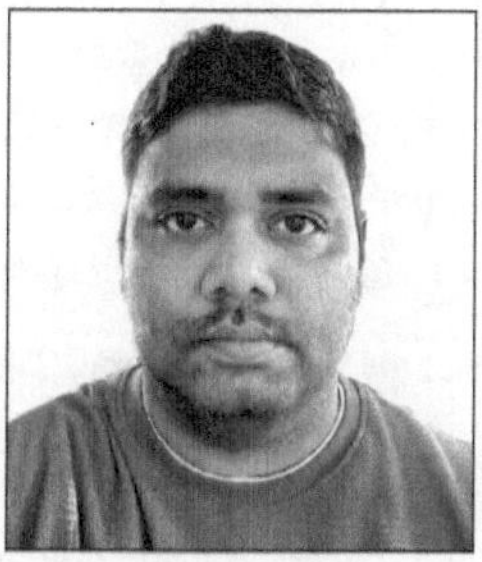

சி. சரவணகார்த்திகேயன்

கோவை சிங்காநல்லூரில் ஆகஸ்ட் 13, 1984 அன்று பிறந்த இவர், ஈரோட்டில் பள்ளிப் படிப்பை முடித்தார். சென்னை கிண்டி பொறியியல் கல்லூரியில் கணிப்பொறியியல் பயின்ற இவர், தற்போது பெங்களூருவில் மென்பொருள் துறையில் பணியாற்றுகிறார்.

13 வயதிலிருந்து எழுதி வந்தாலும் முதல் பிரசுரம் 23 வயதில் நடந்தது. இதுவரை 36 நூல்களை வெளியிட்டுள்ளார் - இதில் 1 பெருநாவல், 2 நாவல்கள், 2 குறுநாவல்கள், 35 சிறுகதைகள், 80க்கும் மேலான நுண்கதைகள், 2 கவிதைத் தொகுதிகள் அடக்கம்.

ஆதித்த கரிகாலன் கொலை வழக்கு, ஆப்பிளுக்கு முன், 96: தனிப்பெருங்காதல், இறுதி இரவு, குஜராத் 2002 கலவரம், பரத்தை கூற்று ஆகியன இவரது புகழ்பெற்ற நூல்கள். அதிசுவாரஸ்யமான நடையில் தீவிர இலக்கியம் எழுதுவது இவரது தனித்துவம். இவரது அபுனைவுகள் செறிவான தரவுகள் மீது வலுவான தர்க்கத்தால் கட்டமைக்கப்பட்டவை.

2017ல் உயிர்மை வழங்கும் சுஜாதா விருது (இணையம்), 2019ல் திருப்பூர் இலக்கிய விருது (ஆப்பிளுக்கு முன் நாவலுக்காக), 2009ல் தமிழ் வளர்ச்சித் துறையின் சிறந்த நூல் விருது (முதல் நூலான சந்திரயானுக்காக) பெற்றவர். 2016ல் அகம் - பிரதிலிபி நடத்திய 'ஞயம் பட வரை' கட்டுரைப்போட்டியில் முதல் பரிசும், 2018ல் தினமணி- சிவசங்கரி சிறுகதைப் போட்டியில் ஆறுதல்

பரிசும் (பெட்டை) பெற்றார். 2007ல் குங்குமம் இதழில் வைரமுத்து இவரது 'ஒருத்தி நினைக்கையிலே...'வை முத்திரைக் கவிதையாகத் தேர்ந்தெடுத்தார்.

குங்குமம் இதழில் ச்சீய்... பக்கங்கள் (2012), ஆகாயம் கனவு அப்துல் கலாம் (2015), Notion Press / Bynge-ல் ஆதித்த கரிகாலன் கொலை வழக்கு (2021), அம்ருதா இதழில் நொபேல் விருதுகள் (2011), விகடன்.காமில் ஹலோ, ப்ளூடிக் நண்பா! (2019) ஆகிய தொடர்களை எழுதினார். தவிர, உயிர்மை, தீராநதி, விகடன் தடம், அகநாழிகை, ஆனந்த விகடன், குமுதம், தினமணி கதிர், காமதேனு, ஆழம் ஆகிய அச்சிதழ்களிலும், உயிர்மை, தமிழினி, அரூ, தமிழ் பேப்பர், மெட்ராஸ் பேப்பர் ஆகிய மின்னிதழ்களிலும் எழுதியிருக்கிறார்.

'தமிழ்' என்ற மின்னிதழ் நடத்தி அதில் ஜெயமோகன், யுவன் சந்திரசேகர், பெருமாள் முருகனை நீள்நேர்காணல் செய்துள்ளார். திருக்குறள், கம்பராமாயணம் இரண்டுக்கும் கவிதை நடையில் உரையெழுதி இருக்கிறார். இவரது 'மதுமிதா - சில குறிப்புகள்' கதை குறும்படமானது. திரைப்படங்கள், வலைத்தொடர்களுக்கு திரைக்கதை எழுதியுள்ளார். உயிர்மை சுஜாதா விருதுகள், Kindle Pen to Publish போட்டிகளில் நடுவராக இருந்துள்ளார்.

நண்பர்கள், வாசகர்களால் 'ரைட்டர்' என்றும் 'சிஎஸ்கே' என்றும் அழைக்கப்படுகிறார். இலக்கியம், திரைப்படம், இசை தவிர தத்துவத்தில் ஆர்வம் உண்டு. பெற்றோர் இரா. சின்னதுரை - சி. தெய்வாத்தாள். மனைவி ந. பார்வதி யமுனா. மகன்கள் ஞானி - போதி.

மின்னஞ்சல்: c.saravanakarthikeyan@gmail.com

வலைதளம்: http://www.writercsk.com

சமூக வலைதளம்:
Facebook : Saravanakarthikeyan Chinnadurai

X & Instagram : writercsk

புத்தகங்கள்

இலக்கியம்

நாவல்

- ஆதித்த கரிகாலன் கொலை வழக்கு - 2022
- கன்னித்தீவு - 2019
- ஆப்பிளுக்கு முன் - 2017

சிறுகதை

- பெருங்களிறு - 2023
- கிருமி - 2021
- மியாவ் - 2018
- இறுதி இரவு - 2016

பிற புனைவு

- 69 [நுண்கதை] - 2021
- கறுப்பு சிவப்பு வெளுப்பு- 2021 (மின்னூல்)

கவிதை

- தேவதை புராணம் - 2012
- பரத்தை கூற்று - 2010

கவிதை உரை

- மண் மக்கள் மன்னன் [கம்பராமாயணம்] - 2024
- ரதி ரகசியம் [திருக்குறள்] - 2019

கட்டுரை

- ரைட்டர் - 2024
- ஜெயமோகம் - 2024
- ஜோல்னா பை - 2021

நேர்காணல்

- மும்மூர்த்திகள் - 2019

அபுனைவு

அறிவியல்

- ஒரு கோப்பை பிரபஞ்சம் - 2019
- ஃபீனிக்ஸ் கனவுகள் - 2016
- கிட்டதட்ட கடவுள் - 2013
- சந்திரயான் - 2009

வரலாறு

- ச்சீய்... பக்கங்கள் - 2014
- குஜராத் 2002 கலவரம் - 2014

அரசியல்

- திராவிடம் என்றால் என்ன? - 2024
- தளபதி Vs தளபதி - 2024
- மக்களின் அபின்- 2021
- அம்பேத்கர் பெரியார் அயோத்திதாசர்- 2021
- இந்தி தேசிய மொழியா? - 2019
- அநீதிக் கதைகள் - 2019

திரைப்படம்

- ஐ லவ்யூ மிஷ்கின் - 2019
- 96: தனிப்பெருங்காதல் - 2018

ரசனை

- இசை: இளையராஜா - 2024
- கற்பதுவே கேட்பதுவே கருதுவதே- 2021

பெண்

- மீயழகி - 2021

அனுபவம்

- Girls, Goddesses & Gentlewomen - 2020 (E-Book)
- பெண் + கள் + ஊர் - 2019 (மின்னூல்)

(ஸீரோ டிகிரி, கிழக்கு, உயிர்மை, கிண்டில் ஆகியவற்றில் இவரது நூல்கள் கிடைக்கும்.)

www.ingramcontent.com/pod-product-compliance
Lightning Source LLC
LaVergne TN
LVHW090333051026
849518LV00005B/1951
* 9 7 8 9 3 4 8 4 3 9 3 8 3 *